언어 평등

ХЭЛ ТЭГШ БАЙДАЛ

NYELVI EGYENLŐSÉG

SPRACHE EQUALITY

TAAL GELIJKHEID

SPRÅK LIKHET

LANGUAGE EQUALITY

NGÔN NGỮ BÌNH ĐẲNG

IDIOMA IGUALDADE

BAHASA KESETARAAN

言語平等

שפת שוויון

भाषा समानताको

ภาษาเท่าเทียมกัน

IDIOMA IGUALDAD

AEQUALITAS LANGUAGE

JAZYK ROVNOST

ЯЗЫК EQUALITY

LANGUE ÉGALITÉ

ພາສາຄວາມສະເໝີພາບ

UGUAGLIANZA LINGUA

اللغة المساواة

LIMBA EGALITATE

برابری زبان

语言平等

ভাষা সমতা

LUGHA USAWA

"모든 언어는 평등하다"

МОВА РІВНІСТЬ

지구상의 모든 언어는 인류공동체 문명 발전의 발자취입니다.
힘이 센 나라의 언어라 해서 더 좋거나 더 중요한 언어가 아닌 것처럼,
많은 사람들이 쓰지 않는 언어라 해서 덜 좋거나 덜 중요한 언어는 아닙니다.

문화 다양성에 따른 언어 다양성은 인류가 서로 견제하고
긍정적인 자극을 주고받으며 소통, 발전할 수 있는 계기가 됩니다.
그러나 안타깝게도 현재 일부 언어가 '국제어'라는 이름 아래
전 세계 사람들에게 강요되고 있습니다.

문예림의 꿈은 전 세계 모든 언어를 학습할 수 있는 어학 콘텐츠를 개발하는 것입니다.
어떠한 언어에도 우위를 주지 않고, 다양한 언어의 고유 가치를 지켜나가겠습니다.
누구나 배우고 싶은 언어를 자유롭게 선택해서 배울 수 있도록 더욱 정진하겠습니다.

Từ vựng mậu dịch Hàn Việt

한국어 – 베트남어
무역 용어

http://www.bookmoon.co.kr

한국어-베트남어 무역 용어

초판 1쇄 인쇄 2016년 12월 12일
초판 1쇄 발행 2016년 12월 19일

....

지은이 권혁종
펴낸이 서덕일
펴낸곳   문예림

....

주소 경기도 파주시 회동길 366 (10881)
전화 (02)499-1281~2
팩스 (02)499-1283
전자우편 info@bookmoon.co.kr

....

출판등록 1962.7.12 (제406-1962-1호)
ISBN 978-89-7482-880-6 (13730)

잘못된 책은 구입하신 서점에서 교환하여 드립니다.
이 책은 저작권법에 의해 보호를 받는 저작물이므로 무단 전재와 복제를 금합니다.

Từ vựng mậu dịch Hàn Việt

한국어 – 베트남어
무역 용어

권혁종 지음
Biên soạn KWON HYUK-JONG

문예림

책을 내면서

최근 한국과 베트남이 경제 문화 등 많은 부문에서
상호 협력과 교류가 이루어지고 있고,
날이 갈수록 한국인의 베트남 진출과
베트남인의 한국에 대한 관심과 경제교류가
확대 되고 있는 상황을 보면서
두 나라가 더 빠른 경제 성장과 문화 교류 및 무역이
활발히 이루어지리라는 생각에서 이 사전을 만들게 되었다.
내용이 빈약하고 완전치 못하나
서로의 무역 용어를 이해하는 데 다소나마 도움이 되었으면 하고,
이 사전이 나오기까지 수고해 주신
서덕일 대표님과 Dư Minh 에게 감사를 드린다.

광주광역시에서,

권혁종

Giới thiệu sách

Gần đây Hàn Quốc và Việt Nam hỗ trợ giao lưu
nhiều mặt như kinh tế, văn hóa...
Khi nhìn thấy tình hình càng ngày càng có nhiều người
Hàn vào Việt Nam. và người Việt Nam quan tâm nhiều về
Hàn Quốc với sự mở rộng giao lưu xây dựng và kinh tế thì tôi
nghĩ rằng giữa hai nước tăng trưởng kinh tế giao lưu văn
hóa và xây dựng có thể thực hiện một cách hoạt phát.
Vì thế tôi biên soạn tập sách này.
Dù nội dung còn hạn chế, chưa hoàn chỉnh nhưng mong
từ điển này trợ giúp ít nhiều cho quý vị hiểu thêm
từ vựng xây dựng với nhau.
Cuối cùng tôi xin cám ơn ông SEO ĐUK IL và Dư Minh Giáp
đã giúp đỡ tận tình cho đến khi xuất bản từ điển này.

Trong thành phố Gwang Ju,
Kwon Hyuk Jong

|차례| CONTENTS

책을 내면서 / 004

베트남어 알파벳 / 008

베트남어 자음과 모음 / 010

가 / 012

나 / 050

다 / 053

라 / 064

마 / 067

바 / 075

사 / 092

아 / 123

자 / 152

차 / 176

카 / 184

타 / 187

파 / 194

하 / 200

베트남어 알파벳

Mẫu tự tiếng Việt

베트남어는 로마자로 표기된 자모를 사용하고 있다.

★ 대문자

A	Ă	Â	B	C	D	Đ	E	Ê	G
H	I	K	L	M	N	O	Ô	Ơ	P
Q	R	S	T	U	Ư	V	X	Y	

★ 소문자

a	ă	â	b	c	d	đ	e	ê	g
h	i	k	l	m	n	o	ô	ơ	p
q	r	s	t	u	ư	v	x	y	

영어 알파벳과 다소 차이가 있다.
즉, 영어의 F, J, W, Z는 사용되지 않는다.
그 대신 Ă, Đ, Ơ, Ư 등의 베트남어 특유의 영어 자모를
약간 변형하여 쓰고 있다.

베트남어 자음과 모음

Phụ âm và Nguyên âm tiếng Việt

★ **자음** 17 Phụ âm

B	C	D
베	쎄	제
Đ	G	H
데	게	학
K	L	M
까	엘르	엠므
N	P	Q
엔느	뻬	꾸
R	S	T
에르	에스	떼
V	X	
베	익스	

★ **모음** 12 Nguyên âm

A	Ă	Â
아	아	어
E	Ê	
애	에	
I	Y	
이	이	
O	Ô	Ơ
오	오	어
U	Ư	
우	으	

가

가

가

가

가

가

가격 giá cả
- 감정 가격(감정가) giám định giá
- 거래 가격 giá xôn, giá mua bán
- 견적 가격 giá tính phỏng
- 결재 가격 giá trình ký
- 경쟁 가격 đấu giá
- 계약 가격 giá hợp đồng
- 계절 가격 giá theo mùa
- 고정 가격 thành giá
- 공장 가격 giá nhà máy
- 교환 가치 giá trị giao hoán
- 구매 가격 giá mua
- 구매자 가격 giá người mua
- 국제 시장 가격 giá thị trường quốc tế
- 균등 가격 giá công bằng
- 기본 가격 giá cơ bản
- 납입 가격 giá nộp
- 단일 가격 giá đơn nhất
- 대외 무역 가격 giá ngoại thương
- 덤핑 가격 giá bán phá giá
- 도매 가격 giá bán sỉ
- 독점 가격 giá độc quyền
- 매도 가격 giá mua
- 매도자 가격 giá người mua
- 매수 가격 giá hối lộ
- 매수자 가격 giá người hối lộ
- 목록 가격 giá mục lục
- 무역 가격 giá mậu dịch
- 보증 가격 giá bảo chứng
- 보험 가격 giá bảo hiểm
- 비교 가격 giá so sánh
- 상품 및 서비스 가격 giá hàng và dịch vụ
- 소매 가격 giá bán lẻ
- 송장(운송) 가격 giá vận chuyển
- 수입 가격 giá thu nhập
- 수출 가격 giá xuất khẩu

- 순가격 … giá thuần nhất
- 시장 가격 … giá thị trường
- 실제 가격 … giá thực tế
- 액면 가격 … giá ghi trên bề mặt
- 약정 가격 … giá ước định
- 요율 가격 … giá tỷ lệ
- 우대 가격 … giá ưu đãi
- 운송 가격 … giá vận chuyển
- 잉여 가격 … giá dư thừa
- 잔여 가격 … giá còn lại
- 적정 가격 … giá hợp lý
- 정부 가격 … giá chính phủ
- 지역 가격 … giá khu vực
- 청산 가격 … giá thanh toán
- 총가격 … tổng giá cả
- 추가 가격 … giá thêm
- 판매 가격 … giá bán
- 판매자 가격 … giá người bán
- 평가 가격 … giá đánh giá
- 평균 가격 … giá bình quân
- 표준 가격 … giá tiêu chuẩn
- 할인 가격 … giá giảm giá
- 할증 가격 … giá trả thêm
- 합의 가격 … giá thỏa thuận
- 현물 가격 … giá hiện vật

가격 감정   giám định giá
가격 결정   quyết định giá
가격 결정 통지서   bản báo quyết định giá
가격 경쟁   cạnh tranh giá
가격 경쟁력   sức cạnh tranh giá
가격 고정   cố định giá
가격 나선형   xoắn ốc giá
가격 단위   đơn vị giá
가격 동결   đông kết giá
가격 명세서   bản kê khai giá

가

가격 변경	thay đổi giá
가격 변동	biến động giá
가격 보상	bồi thường giá
가격 상승에 관한 약관	quy định về tăng giá
가격 양보	nhượng bộ giá
가격의 단계적 인상	tăng giá từng bước
가격 인상	tăng giá
거래 가격 인상	tăng giá giao dịch
• 상품 가격 인상	tăng giá hàng
• 소매 가격 인상	tăng giá bán lẻ
• 운송 가격 인상	tăng giá vận chuyển
가격 인하	hạ giá
가격 전쟁	cạnh tranh giá
가격 정책	chính sách giá
가격 조건	điều kiện giá
공장 인도 가격	giá vào nhà máy
• 국경화차 인도 가격	giá vào biên giới
• 만(灣) 인도 가격	giá vào vịnh
• 바지선 인도 가격	giá vào chiếc xà lan
• 박람회장 인도 가격	giá vào hội chợ
• 벙커 인도 가격	giá vào hố cát
• 본선 인도 가격	giá vào tàu chính
• 본선 적재 인도 가격	giá lên tàu chính
• 부두 인도 가격	giá vào bến tàu
• 선측 인도 가격	giá vào bên chiếc tàu
• 지정역 인도 가격	giá vào ga chỉ định
• 지정항 인도 가격	giá vào cảng chỉ định
• 차량 인도 가격	giá vào bằng xe
• 창고 인도 가격	giá vào kho
• 탱크 인도 가격	giá vào thùng chứa
• 플랫폼 인도 가격	giá vào sân ga
• 항공기 인도 가격	giá vào máy bay
• 해안 인도 가격	giá vào bờ biển
• 현장 인도 가격	giá vào hiện trường
• 화차 인도 가격	giá vào xe chở hàng

가

가격 차액	con số chênh lệch giá
가격 통화	tiền tệ giá
가격표	bảng giá
• 광고 가격표	bảng giá quảng cáo
• 기본 가격표	bảng giá cơ bản
• 상품 가격표	bảng giá hàng
• 표준 가격표	bảng giá tiêu chuẩn
가격 프리미엄	giá tiền lãi
가격 하락에 관한 약관	điều khoản về hạ giá
가격 할인	giảm giá
가격 형성	hình thành giá
가공	gia công
가공업	công nghiệp chế biến
가동	khởi động
가동 시험	thử nghiệm khởi động
가산 이자	tiền lời thêm
가치	giá trị
• 담보 가치	giá trị thế chấp
• 상품 자재 가치	giá trị vật tư hàng
• 자재 가치	giá trị vật tư
• 재산 가치	giá trị tài sản
• 화폐 가치	giá trị tiền tệ
• … 까지 유효한 신용장	thư tín dụng hữu hiệu cho đến khi
간접 비용	chi phí gián tiếp
간접세	thuế gián thu
간접 손실	tổn thất gián tiếp
간행물	ấn phẩm xuất bản
• 등록 간행물	ấn phẩm xuất bản đăng ký
• 무역 간행물	ấn phẩm xuất bản mậu dịch
• 복합 간행물	ấn phẩm xuất bản đa dạng
• 해운 간행물	ấn phẩm xuất bản hải vận
감가 상각	sự giảm giá tài sản
감가 상각 공제금	tiền khấu trừ giảm giá tài sản

감가 상각 비용	chi phí sự giảm giá tài sản
감가 상각 적립금	tiền tích lũy sự giảm giá tài sản
감독	người quản lý
감독관	giám đốc
감독권	giám đốc quyền
감독 요원	cán bộ giám đốc
감사	thanh tra
・문서 감사	thanh tra giấy tờ
・서류 감사	thanh tra tài liệu
・재무 감사	thanh tra tài vụ
・회계장부 감사	thanh tra sổ sách kế toán
감사관	thanh tra quan
감사권	thanh tra quyền
감사 보고	báo cáo thanh tra
감사 수수료	tiền thù lao thanh tra
감소	giảm thiểu
감정	giám định
감정가	giám định giá
감정 가격	giá giám định
감정 소견서	thư sở kiến giám định
감정 수수료	tiền thù lao giám định
감정인	người giám định
감정 증서	chứng thư giám định
감정 평가 수수료	tiền thù lao đánh giá giám định
감춰진 손상	tổn thất che giấu
갑판 적재 화물	hàng hóa chất lên boong tàu
강제 어음 교환	trao đổi cổ phiếu bắt buộc
개발	khai thác khai phá
개발 특허	đặc hứa khai thác
개발 프로그램	chương trình khai thác
개방 계정	tài khoản công khai
개방 계좌식 결제	thanh toán tài khoản công khai
개방 융자	cho vay công khai

가

개방항	hải cảng công khai
개설 의뢰인	người ủy quyền thành lập
개인 계좌	tài khoản cá nhân
개인 기업	xí nghiệp cá nhân
개인 수요	nhu cầu cá nhân
개인 자본	tư bản cá nhân
개인 자산	tư sản cá nhân
개인 투자	đầu tư cá nhân
개인 허가	cho phép cá nhân
개인 회사	công ty cá nhân
개장 시세	thời giá mở giao dịch
개정	cải tổ
개정 규범	quy phạm cải tổ
거래	mua bán hàng giao dịch
• 경매 거래	giao dịch bán đấu giá
• 금융 거래	giao dịch tài chính
• 기금 거래	giao dịch quỹ
• 기한부 거래	giao dịch kỳ hạn
• 대외 무역 거래	giao dịch mậu dịch đối ngoại
• 매매 거래	giao dịch mua bán
• 보상 거래	giao dịch bồi thường
• 분할 지불 거래	giao dịch chi trả phân chia
• 상업 거래	giao dịch thương mại
• 선물(先物) 거래	giao dịch hàng hóa giao sau
• 수출 거래	giao dịch xuất khẩu
• 수입 거래	giao dịch thu nhập
• 시장 거래	giao dịch thị trường
• 양자 거래	giao dịch hai người
• 역거래	giao dịch ngược
• 연계 거래	giao dịch móc xích
• 외환 거래	giao dịch ngoại hối
• 운임 계약	hợp đồng tiền vé
• 위탁 판매 거래	giao dịch bán hàng ủy thác
• 은행 거래	giao dịch ngân hàng
• 재수출 거래	giao dịch tái xuất khẩu

가

- 주식 거래   giao dịch cổ phần
- 중개 거래   giao dịch môi giới
- 즉시 공급 거래   giao dịch cung cấp ngay
- 추심 거래   giao dịch tìm lại
- 콜거래   giao dịch gọi lại
- 투기 거래   giao dịch đầu cơ
- 할인 거래   giao dịch giảm giá
- 허가 거래   giao dịch cho phép
- 현물 거래   giao dịch hiện vật

거래 가격   **giá giao dịch**
거래 가격 인상   **tăng giá giao dịch**
거래 공고   **thông báo giao dịch**
거래 관계   **quan hệ giao dịch**
거래 상품   **hàng giao dịch**
거래소   **nơi giao dịch**

- 고무 거래소   nơi giao dịch cao su
- 곡물 거래소   nơi giao dịch thóc gạo
- 공식 거래소   nơi giao dịch chính thức
- 금속 거래소   nơi giao dịch kim loại
- 농산물 거래소   nơi giao dịch nông sản
- 등록 거래소   nơi giao dịch đăng ký
- 목재 거래소   nơi giao dịch gỗ
- 목화 거래소   nơi giao dịch cây bông
- 보험 거래소   nơi giao dịch bảo hiểm
- 비공식 거래소   nơi giao dịch không chính thức
- 상품 거래소   nơi giao dịch hàng
- 설탕 거래소   nơi giao dịch đường
- 외환 거래소   nơi giao dịch ngoại hối
- 유가증권거래소   nơi giao dịch chứng khoán giá trị
- 주식 거래소   nơi giao dịch cổ phần
- 철강 거래소   nơi giao dịch sắt thép
- 카카오 거래소   nơi giao dịch cacao
- 커피 거래소   nơi giao dịch cà phê

거래소 붐   **bùng nổ nơi giao dịch**
거래소 업무   **nghiệp vụ nơi giao dịch**

가

거래소 판매	sự bán nơi giao dịch
거래 시세	thời giá giao dịch
거래 조건	điều kiện giao dịch
거래 중개	môi giới giao dịch
거래 중개인	người môi giới giao dịch
거래 지급	chi trả giao dịch
거래 청산	thanh toán giao dịch
거래 통화	tiền tệ giao dịch
거래 할인	giảm giá giao dịch
거래 활동	hoạt động giao dịch
거부권	quyền phủ quyết
건설 공사 도급	giao kèo công trình xây dựng
건설 보수 위험 보험	bảo hiểm nguy hiểm tu bổ xây dựng
건설 프로젝트	kế hoạch xây dựng
건조 중량	trọng lượng kiến tạo
건축 보수 회사	công ty tu bổ kiến trúc
검량인	người kiểm tra trọng lượng
검사	kiểm tra
・계좌 검사	kiểm tra tài khoản
・규정 검사	kiểm tra quy định
・발명품 유용성 검사	kiểm tra tính hữu dụng sản phẩm phát minh
・보관 검사	kiểm tra bảo quản
・생산 환경 검사	kiểm tra môi trường sản xuất
・선별 검사	kiểm tra phân loại
・설비 준비 과정 검사	kiểm tra quá trình chuẩn bị thiết bị
・세관 검사	kiểm tra thuế quan
・수량 검사	kiểm tra số lượng
・수하물 검사	kiểm tra hành lý
・신용 능력 검사	điều tra năng lực tín nhiệm
・위생 검역 검사	kiểm tra kiểm dịch vệ sinh
・전문 검사	kiểm tra chuyên môn
・정규 근무 시간중 검사	kiểm tra trong thời gian làm việc chính quy
・특허성 검사	kiểm tra tính đặc hứa
・품질 검사	kiểm tra chất lượng

- 현장 검사   kiểm tra hiện trường
- 현행 검사   kiểm tra hiện hành
- 화물 검사   kiểm tra hàng hóa

검사 규정	quy định kiểm tra
검사 수수료	tiền thù lao kiểm tra
검사 시험	thử nghiệm kiểm tra
검사인	người kiểm tra
검사자	người kiểm tra
검사 중량	trọng lượng kiểm tra
검사증(세관)	giấy chứng nhận kiểm tra(thuế quan)
검사 증서	chứng từ kiểm tra
검산	kiểm toán
검수	kiểm tu
검수인	người kiểm tu
검수인 검사	kiểm tra người kiểm tu
검수장	trưởng kiểm tu
검수증	giấy chứng nhận kiểm tu
검역료	tiền kiểm dịch
검역소	nơi kiểm dịch
검역 증명서	giấy chứng nhận kiểm dịch
게시	yết thị
견본	mẫu

- 무상 견본   mẫu miễn phí
- 박람회 견본   mẫu hội chợ
- 산업 견본   mẫu công nghiệp
- 서명 견본   mẫu ký tên
- 소개 견본   mẫu giới thiệu
- 시험 견본   mẫu thử nghiệm
- 실물 크기 견본   mẫu kích cỡ đồ vật thật
- 연속 견본   mẫu liên tục
- 특허품 견본   mẫu hàng độc quyền

견본 구매	mua mẫu
견본 물품	đồ vật mẫu

견본식 홍보 판매	bán quảng cáo mẫu
견본 주문	đặt mua mẫu
견본 채취	thu thập mẫu
견본첩	sổ mẫu
견본 훼손	hư hại mẫu
견인	lôi kéo
견인선	tàu lôi kéo
견적	tính phỏng
견적 가격	giá tính phỏng
견적 비용	chi phí tính phỏng
견적서 작성	làm thư tính phỏng
견적 원가	nguyên giá tính phỏng
견적 이익	ích lợi tính phỏng
결산	kết toán
• 결산서 작성	làm thư kết toán
결산 업무	nghiệp vụ kết toán
결산 연도	niên khóa kết toán
결손	tổn thất
결제	thanh toán
• 개방 계좌식 결제	thanh toán tài khoản công khai
• 계정 결제	thanh toán tài khoản
• 국제 결제	thanh toán quốc tế
• 다자간 결제	thanh toán giữa nhiều người
• 라이센스 약정식 결제	thanh toán ước định giấy phép
• 보험 결제	thanh toán bảo hiểm
• 상호 결제	thanh toán lẫn nhau
• 서류 추심 결제	thah toán tìm lại giấy tờ
• 선불식 결제	thanh toán trả trước
• 수출입 업무 결제	thanh toán vụ xuất nhập khẩu
• 수표식 결제	thanh toán theo ngân phiếu
• 신용 결제	thanh toán tín nhiệm
• 신용장 결제	thanh toán thư tín dụng
• 신용장 서류식 결제	thanh toán theo giấy tờ thư tín dụng
• 은행 이채식 결제	thanh toán theo chuyển khoản ngân hàng

가

• 지불 요구에 의한 결제	thanh toán theo yêu cầu chi trả
• 지불 의뢰에 의한 결제	thanh toán theo nhờ cậy chi trả
• 통화 결제	thanh toán tiền tệ
• 특별 계좌 결제	thanh toán tài khoản đặc biệt
• 현금 결제	thanh toán tiền mặt
결제 가격	giá cả thanh toán
결제 계정	tài khoản thanh toán
결제 서류	giấy tờ thanh toán
결제 수단	thủ đoạn thanh toán
결제 수표	ngân phiếu thanh toán
결제 업무	nghiệp vụ thanh toán
결제율	tỷ lệ thanh toán
결제일	ngày thanh toán
결제증	giấy chứng nhận thanh toán
결제 통지	thông báo thanh toán
결제 통화	tiền tệ thanh toán
결제 협약	hiệp ước thanh toán
결함	sai sót
경기	tình hình kinh tế
경기 변동	biến động tình hình kinh tế
경기 전망	triển vọng tình hình kinh tế
경력	lý lịch cá nhân
경로	quá trình
경리	kế toán
경리원	kế toán viên
경매	cạnh tranh
• 국제 경매	bán đấu giá quốc tế
• 모피 경매	bán đấu giá lông thú
• 목재 경매	bán đấu giá gỗ
• 상품 경매	bán đấu giá hàng
경매 거래	giao dịch bán đấu giá
경매 규정	quy định bán đấu giá
경매 목록	mục lục bán đấu giá

가

경매 중매인	người môi giới bán đấu giá
경매 판매	bán bán đáú giá
경영	kinh doanh
• 경영인	người kinh doanh
• 경영 자문	tư vấn kinh doanh
• 경영 컨설팅	tư vấn kinh doanh
• 경영 활동	hoạt động kinh doanh
• 경영 활동 프로그램	chương trình hoạt động kinh doanh
경쟁	cạnh tranh
• 경쟁 가격	giá cạnh tranh
• 경쟁 기업	xí nghiệp cạnh tranh
• 경쟁력	sức cạnh tranh
• 가격 경쟁력	sức cạnh tranh giá cả
• 국제 경쟁력	sức cạnh tranh quốc tế
• 상품 및 서비스 경쟁력	sức cạnh tranh hàng và dịch vụ
경쟁 상품	hàng cạnh tranh
경쟁 입찰	đấu thầu cạnh tranh
경쟁자	người cạnh tranh
경쟁 제품	chế phẩm cạnh tranh
경제	kinh tế
• 국가 경제	kinh tế quốc gia
• 상품 경제	kinh tế hàng
• 세계 경제	kinh tế thế giới
• 시장 경제	kinh tế thị trường
경제 관계	quan hệ kinh tế
경제 다변화	đa biến hóa kinh tế
경제 문제 전문가	nhà chuyên môn vấn đề kinh tế
경제 보이코트	tẩy chay kinh tế
경제 봉쇄	phong tỏa kinh tế
경제붐	bùng nổ kinh tế
경제성	tính kinh tế
경제성 분석	phân tích tính kinh tế
경제 수요	nhu cầu kinh tế

가

경제 위기	nguy cơ kinh tế
경제 위원회	ủy ban kinh tế
경제 장려	khích lệ kinh tế
경제 전쟁	đấu tranh kinh tế
경제 정책	chính sách kinh tế
경제 제재	chế tài kinh tế
경제 지대	khu vực kinh tế
경제 지수	chỉ số kinh tế
경제 진흥 기금	quỹ chấn hưng kinh tế
경제 촉진	xúc tiến kinh tế
경제 표준 규범	quy phạm tiêu chuẩn kinh tế
경제 협력	hiệp lực kinh tế
경제협력 개발 기구	tổ chức khai thác hiệp lực kinh tế
경제 효과	hiệu quả kinh tế,
경험	kinh nghiệm
계산	kế toán
・계산 단위	đơn vị kế toán
・계산서	giấy tính tiền
・계산서 인수	nhận giấy tính tiền
・계산 이익	ích lợi tính tiền
계약	hợp đồng
・고용 계약	hợp đồng thuê
・권리 양도 계약	hợp đồng chuyển nhượng quyền lợi
・다자 계약	hợp đồng nhiều người
・단기 계약	hợp đồng kỳ hạn ngắn
・대리점 계약	hợp đồng điểm đại lý
・대외 무역 계약	hợp đồng mậu dịch đối ngoại
・도급 계약	hợp đồng giao kèo
・라이센스 계약	hợp đồng giấy phép
・매매 계약	hợp đồng mua bán
・무역 계약	hợp đồng mậu dịch
・보상 조건부 계약	hợp đồng điều kiện bồi thường
・보험 계약	hợp đồng bảo hiểm
・상품 공급 계약	hợp đồng cung cấp hàng

가

- 상호 공급 계약 　　　　hợp đồng cung cấp lẫn nhau
- 생산 협력 계약 　　　　hợp đồng hiệp lực sản xuất
- 서비스 계약 　　　　　hợp đồng dịch vụ
- 선물 계약 　　　　　　hợp đồng hàng hóa giao trước
- 신용 계약 　　　　　　hợp đồng tín nhiệm
- 양자 계약 　　　　　　hợp đồng giữa hai người
- 완성품 인도 방식 계약 　hợp đồng chuyển giao thành phẩm
- 용선 계약 　　　　　　hợp đồng thuê tàu
- 용역 계약 　　　　　　hợp đồng giao việc
- 운송 계약 　　　　　　hợp đồng vận tải
- 위탁 판매 계약 　　　　hợp đồng bán ủy thác
- 일괄 계약 　　　　　　hợp đồng đồng loạt
- 일괄 도급 계약 　　　　hợp đồng giao kèo đồng loạt
- 임대차 계약 　　　　　hợp đồng thuê mướn
- 장기 계약 　　　　　　hợp đồng trường kỳ
- 전문화 및
  생산협력에 관한 계약 　hợp đồng chuyên môn hóa và hiệp lực sản xuất
- 턴키베이스 계약 　　　　hợp đồng chuyển giao hoàn thành
- 표준 계약 　　　　　　hợp đồng tiêu chuẩn
- 해상 보험 계약 　　　　hợp đồng bảo hiểm trên biển
- 해상 운송 계약 　　　　hợp đồng vận tải trên biển
- 협력 계약 　　　　　　hợp đồng hiệp lực

계약서 　　　　　giấy hợp đồng
계약 가격 　　　　giá cả hợp đồng
계약 공급 　　　　cung cấp hợp đồng
계약금 　　　　　tiền đặt cọc
계약 당사자 　　　đương sự hợp đồng
계약 미이행 　　　không thực hiện hợp đồng
계약 변경 　　　　thay đổi hợp đồng
계약 보증 　　　　bảo đảm hợp đồng
계약 분쟁 　　　　phân tranh hợp đồng
계약서 조항 　　　điều khoản giấy hợp đồng
계약서 초안 　　　bản thảo giấy hợp đồng
계약 연장 　　　　kéo dài hợp đồng

계약으로 정한 정선 시간	thời gian tàu dừng lại quy định theo hợp đồng
계약 의무	nghĩa vụ hợp đồng
계약 의무 이행	thực hiện nghĩa vụ hợp đồng
계약 이행	thực hiện hợp đồng
계약 재이행	thực hiện lại hợp đồng
계약 정정	sửa hợp đồng
계약 조건	điều kiện hợp đồng
계약 지급	chi trả hợp đồng
계약 첨부물	đồ vật kèm theo hợp đồng
계약 청산	thanh toán hợp đồng
계약 체결	ký kết hợp đồng
계약 추가 사항	việc thêm hợp đồng
계약 취소	hủy bỏ hợp đồng
계약 파기	bãi bỏ hợp đồng
계약항	hạng mục hợp đồng
계약 해지금	tiền hủy hợp đồng
계약 형식	hình thức hợp đồng
계약 화물	hàng hóa hợp đồng
계약 화폐	đồng tiền hợp đồng
계열 기업	xí nghiệp hệ thống
계절 가격	giá cả mùa
계절 변동에 따른 수정	sửa theo biến động mùa
계절세	thuế mùa
계절 수요	nhu cầu mùa
계절 예비품	hàng dự bị mùa
계절 판매	bán mùa
계절 프리미엄	tiền trả thêm mùa
계정	kế toán
• 개방 계정	kế toán công khai
• 교환 계정	kế toán trao đổi
• 당좌 계정	kế toán tài khoản
• 무이자 계정	kế toán không lãi

가

- 비용 계정   kế toán chi phí
- 선급 계정   kế toán trả trước
- 은행 계정   kế toán ngân hàng
- 회계 계정   kế toán tính toán

계정 결제   thanh toán kế toán
계정 부채   công nợ kế toán
계정 통화   tiền tệ kế toán
계정 항목   hạng mục kế toán
계좌   tài khoản

- 개인 계좌   tài khoản cá nhân
- 결제 계좌   tài khoản thanh toán
- 공급인 계좌   tài khoản người cung cấp
- 기한 초과 대출 계좌   tài khoản cho thuê qua thời hạn
- 대리 계좌   tài khoản thay mặt
- 대출 계좌   tài khoản cho thuê
- 매수인 계좌   tài khoản người mua nhận
- 손익손실 계좌   tài khoản lỗ lãi
- 신용 계좌   tài khoản tín nhiệm
- 예금 계좌   tài khoản tiết kiệm
- 외환 계좌   tài khoản ngoại tệ
- 은행 계좌   tài khoản ngân hàng
- 저축 계좌   tài khoản tiết kiệm
- 정지 계좌   tài khoản đình chỉ
- 지급 계좌   tài khoản chi trả
- 특별 계좌   tài khoản đặc biệt

계좌 개설   mở tài khoản
계좌 개설 신청서   đơn xin mở tài khoản
계좌 개설에 따른 지급   chi trả theo mở tài khoản
계좌 검사   kiểm tra tài khoản
계좌 대부   cho vay tài khoản
계좌 예금 자금   vốn tiền tiết kiệm tài khoản
계좌 이체   chuyển khoản
계좌 정지 해제   giải tỏa đình chỉ tài khoản
계획   kế hoạch

- 공급 계획   kế hoạch cung cấp
- 당면 계획   kế hoạch đối mặt
- 수익성 계획   kế hoạch tính thu ích
- 수출입 계획   kế hoạch xuất nhập khẩu
- 유엔 개발 계획   kế hoạch khai thác Liên hiệp quốc
- 총계획   tổng kế hoạch
- 향후 계획   kế hoạch về sau
- 회전 계획   kế hoạch quay vòng

계획서	giấy kế hoạch
계획 실행	thực hiện kế hoạch
계획 입안자	người thôi ra kế hoạch
계획 재고	nghĩ lại kế hoạch
계획표	bảng kế hoạch
고가 화물	hàng hóa cao giá
고객	khách hàng
고급품	hàng cao cấp
고무 거래소	nơi giao dịch cao su
고소인	kẻ tố cáo
고소장	tờ tố cáo
고수익 기업	xí nghiệp cao thu lợi
고시	cáo thị
고시율	tỷ lệ cáo thị
고용	thuê
고용 계약	hợp đồng thuê
고유 상품	hàng riêng
고정 가격	giá cố định
고정 소득	thu nhập cố định
고정율	tỷ lệ cố định
고정 자본	vốn cố định
고정 자산	tư sản cố định
고정 전문 용어	từ ngữ chuyên môn cố định
고정 통화	tiền tệ cố định
고정 평가	đánh giá cố định

고정 환율	tỷ giá cố định
곡물 거래소	nơi giao dịch thóc gạo
공고	**thông cáo**
・거래 공고	thông báo giao dịch
・무역 공고	thông báo mậu dịch
・시세 공고	thông báo thời thế
공공 기관	**cơ quan công cộng**
공급	**cung cấp**
・계약 공급	cung cấp hợp đồng
・공동 공급	cung cấp công đồng
・공장 인도 조건부 공급	cung cấp theo điều kiện chuyển giao nhà máy
・기내 인도 조건부 공급	cung cấp theo điều kiện chuyển giao trong thời hạn
・박람회장 인도 조건부 공급	cung cấp theo điều kiện chuyển giao nơi hội chợ
・변상 공급	cung cấp bồi thường
・본선 인도 조건부 공급	cung cấp theo điều kiện chuyển giao tàu chính
・부분적 공급	cung cấp phần chia
・분할 공급	cung cấp phân cách
・사전 공급	cung cấp trước
・상호 공급	cung cấp tương hỗ
・수입 공급	cung cấp nhập khẩu
・수출 공급	cung cấp xuất khẩu
・수출입 공급	cung cấp xuất nhập khẩu
・신용 조건부 공급	cung cấp theo điều kiện tín nhiệm
・운임 보험료 포함 인도 조건부 공급	cung cấp theo điều kiện chuyển giao bao gồm tiền bảo hiểm vận chuyển
・운임포함 인도조건부공급	cung cấp theo điều kiện bao gồm tiền vận tải
・의무 공급	cung cấp nghĩa vụ
・일괄 공급	cung cấp đồng loạt
・일회 공급	cung cấp một lần
・종합 공급	cung cấp tổng hợp
・즉시 공급	cung cấp tức thì
공급 계획	**kế hoạch cung cấp**
공급 공장	**nhà máy cung cấp**

공급 기초	cơ bản cung cấp
공급 기한	thời hạn cung cấp
공급 기한 초과	thặng dư thời hạn cung cấp
공급량	số lượng cung cấp
공급 범위	phạm vi cung cấp
공급 부족	thiếu cung cấp
공급 수량 부족	thiếu số lượng cung cấp
공급 연기	kéo dài cung cấp
공급 의무	nghĩa vụ cung cấp
공급인 계좌	tài khoản người cung cấp
공급 일정	nhật trình cung cấp
공급자	người cung cấp
공급자에 대한 선불	trả tiền trước cho người cung cấp
공급 조건	điều kiện cung cấp
공급 지체	trì trệ cung cấp
공급항	cảng cung cấp
공급 허가	cho phép cung cấp
공동 공급	cung cấp chung
공동 박람회	hội chợ chung
공동 배서	viết chung ở phía sau giấy
공동 보험	bảo hiểm chung
공동 시설	thiết bị chung
공동 연맹	liên minh chung
공동 전시	bày ra chung
공동 화폐	tiền tệ chung
공산품 수입자	nhưới thu nhập sản phẩm công nghiệp
공소	công tố
공소권	quyền công tố
공소 시효	thời hiệu công tố
공식 거래소	nơi giao dịch chính thức
공식 검량인	người kiểm tra lượng chính thức
공식 상품	hàng chính thức
공식 환율 환산	đổi tiền tỷ giá chính thức

공업 단지	khu công nghiệp
공유자	người công hữu
공인 감정 평가사	người đánh giá giám định công nhận
공인 검량인	người kiểm tra lượng công nhận
공장	nhà máy
・공급 공장	nhà máy cung cấp
・생산 공장	nhà máy sản xuất
・제조 공장	nhà máy chế tạo
공장-생산자 검사	kiểm tra người sản xuất nhà máy
공장 가격	giá cả nhà máy
공장 검사	kiểm tra nhà máy
공장 교범	kiểu mẫu dạy nhà máy
공장 규범	quy phạm nhà máy
공장 등록부	sổ bộ nhà máy
공장 시험	thử nghiệm nhà máy
공장 시험 조서	biên bản thử nghiệm nhà máy
공장 인도 가격	giá cả chuyển giao nhà máy
공장 인도 조건부 공급	cung cấp theo điều kiện chuyển giao nhà máy
공장 제품	chế phẩm nhà máy
공장 포장	bao bì nhà máy
공장 표준	tiêu chuẩn nhà máy
공제	khấu trừ
・세금 공제	khấu trừ thuế
・지불 공제	khấu trừ chi trả
공제금	tiền khấu trừ
・국가 예산 공제금	tiền khấu trừ ngân sách quốc gia
・납세전 이익 공제금	tiền khấu trừ ích lợi trước nộp thuế
・납세후 이익 공제금	tiền khấu trừ ích lợi sau nộp thuế
・수수료 공제금	tiền khấu trừ tiền thù lao
・예비 기금 공제금	tiền khấu trừ quỹ dự bị
・이익 공제금	tiền khấu trừ ích lợi
・이자 공제금	tiền khấu trừ lãi

· 통화 공제금	tiền khấu trừ tiền tệ
공제액	khoản khấu trừ
공증	công chứng
공증 사본	bản sao công chứng
공증 서류	giấy tờ công chứng
공탁금	tiền ký gửi
공항 운임	tiền vận tải hàng không
과거 반출 상품의 반입	hàng xuất ra rồi và nhận lại trong quá khứ
과거 수출 상품의 수입	nhập khẩu hàng đã xuất khẩu trong quá khứ
과세	đánh thuế
과세 소득	lợi tức đánh thuế
과세 이윤액	khoản ích lợi đánh thuế
과세 이익	ích lợi đánh thuế
과세 증명서	giấy chứng minh đánh thuế
과세 항구	hải cảng đánh thuế
과실 당사자	đương sự sai lầm
과잉 생산	sản xuất thặng dư
과태료	tiền phạt nộp trễ
과태료 징수	thu thuế tiền phạt nộp trễ
관계	quan hệ
· 거래 관계	quan hệ giao dịch
· 경제 관계	quan hệ kinh tế
· 대외 경제 관계	quan hệ kinh tế đối ngoại
· 대외 무역 관계	quan hệ mậu dịch đối ngoại
· 상호 이익 관계	quan hệ ích lợi lẫn nhau
· 생산 관계	quan hệ sản xuất
· 세계 경제 관계	quan hệ kinh tế thế giới
· 신용 관계	quan hệ tín nhiệm
· 약정 관계	quan hệ ước định
· 업무 관계	quan hệ nghiệp vụ
· 직접 관계	quan hệ trực tiếp
· 협력 관계	quan hệ hiệp lực
관광	tham quan

관광객	khách tham quan
관광 대리점	phân điểm tham quan
관광 비자	vi sa tham quan
관광 사증	thị thực tham quan
관광 서비스	dịch vụ tham quan
관광 여행	du lịch tham quan
관례	thường lệ
• 국제 관례	thường lệ quốc tế
• 무역 관례	thường lệ mậu dịch
• 항만 관례	thường lệ bến tàu
관리	quản lý
관리 경력	lý lịch quản lý
관리 국장	cục trưởng quản lý
관리 기관	cơ quan quản lý
관리 요원	nhân viên cần thiết quản lý
관리인	người quản lý
관세	thuế quan
• 국제 관세	thuế quan quốc tế
• 금지 관세	thuế ngăn cấm
• 단일 관세	thuế đơn nhất
• 반입 관세	thuế đưa vào
• 반출 관세	thuế đưa ra
• 보복 관세	thuế trả thù
• 보상 관세	thuế bồi thường
• 보호 관세	thuế bảo hộ
• 비금지 관세	thuế không cấm
• 수입 관세	thuế thu nhập
• 수출 관세	thuế xuất khẩu
• 신축 관세	thuế mới xây dựng
• 우대 관세	thuế ưu đãi
• 이중 관세	thuế hai lần
• 종가세	thuế theo giá hàng
• 종량세	thuế theo số lượng hàng
• 차등 관세	thuế chênh lệch

• 차별 관세	thuế phân biệt
• 통과 관세	thuế thông qua
• 특혜 관세	thuế đặc huệ
• 협정 관세	thuế hiệp định
• 환급 관세	thuế trả lại
관세 부과	đánh thuế
관세 우대	ưu đãi thuế
관세율	tỷ lệ thuế
관세율 추가 요금	tiền thêm tỷ lệ thuế
관세 전쟁	đấu tranh thuế
관세 제한	giới hạn thuế
관세 징수	trưng thu thuế
관청	công sở
관청 훈령	huấn lệnh công sở
광고	quảng cáo
• 국내 광고	quảng cáo quốc nội
• 대외 무역 광고	quảng cáo mậu dịch đối ngoại
• 라디오 광고	quảng cáo radio
• 상업 광고	quảng cáo thương mại
• 수출 광고	quảng cáo xuất khẩu
• 시청각 광고	quảng cáo thính thị giác
• 신문 광고	quảng cáo tờ báo
• 실외 광고	quảng cáo ngoài sân
• 영화 광고	quảng cáo phim
• 인쇄 광고	quảng cáo in ấn
• 잡지 광고	quảng cáo tạp chí
• 전시 광고	quảng cáo bày ra
• 출판 광고	quảng cáo xuất bản
• 텔레비전 광고	quảng cáo TV
광고 가격표	bảng giá quảng cáo
광고국	cục quảng cáo
광고 대리점	phân điểm quảng cáo
광고 서비스	dịch vụ quảng cáo
광고주	chủ quảng cáo

광고 지출금	tiền chi trả quảng cáo
광고 첨부물	đồ vật kèm theo quảng cáo
광고 팜플렛	tờ truyền đơn quảng cáo
광고 홍보	quảng bá quảng cáo
광고 회사	công ty quảng cáo
광범위	phạm vi rộng
교범	giáo trình
교부	giao
교섭	điều đình thương lượng
교역망	mạng giao dịch
교역 장려	khích lệ giao dịch
교역 조건	điều kiện giao dịch
교역 파트너	đối tác giao dịch
교역 화물	hàng hóa giao dịch
교차 허가	cho phép giao nhau
교통로	đường giao thông
교호 계산	tính toán giao hỗ
교환	trao đổi
・기술 교환	trao đổi kỹ thuật
・대외 무역 거래	giao dịch mậu dịch đối ngoại
・라이센스 교환	trao đổi giấy phép
・물물 교환	trao đổi đồ vật
・비동일 가치 교환	trao đổi giá trị không giống
・상업 목적 교환	trao đổi mục đích thương mại
・상품 교환	trao đổi hàng
・상호 필요 물품 교환	trao đổi đồ vật cần thiết lẫn nhau
・직접 교환	trao đổi trực tiếp
・화폐 교환	trao đổi tiền tệ
교환 가치	giá trị trao đổi
교환 계정	tính toán trao đổi
교환 부품	phù tụng trao đổi
교환식 권리 재양도	chuyển nhượng lại quyền lợi theo trao đổi
교환율	tỷ lệ trao đổi

교환 평가	đánh giá trao đổi
구매	mua
・견본 구매	mua kiểu mẫu
・기한부 구매	mua theo thời hạn
・대량 구매	mua đại lượng
・대응 구매	mua đối phó
・분할 구매	mua phân chia
・소매 구매	mua lẻ
・신용 구매	mua tín nhiệm
・정부 구매	mua chính phủ
・중개 구매	mua môi giới
・중량 구매	mua trọng lượng
・창고 구매	mua kho
・특별 구매	mua đặc biệt
・현금 구매	mua tiền mặt
구매 가격	giá mua
구매 대리인	người đại diện mua
구매력	sức mua
구매 수요	nhu cầu mua
구매자	người mua
구매자 가격	giá cả người mua
구매자 계좌에서 판매자 계좌로의 송금	gửi tiền từ tài khoản người mua đến tài khoản người bán
구매자 시장	thị trường người mua
구매자 책임	trách nhiệm người mua
구매자측 관심	quan tâm bên người mua
구매 잠재력	tiềm lực mua
구매 프로그램	chương trình mua
구상 무역	mậu dịch đổi chác
구성원	thành viên
구역	khu vực
국가간 협정	hiệp định giữa quốc gia
국가 감독	giám đốc quốc gia
국가 검사	điều tra quốc gia

가

국가 경제	kinh tế quốc gia
국가 독점	độc quyền quốc gia
국가 무역	mậu dịch quốc gia
국가 보험	bảo hiểm quốc gia
국가 시험	thí nghiệm quốc gia
국가 심사	thẩm tra quốc gia
국가 예비금	tiền dự phòng quốc gia
국가 예산	ngân sách quốc gia
국가 예산 공제금	tiền khấu trừ ngân sách quốc gia
국가 융자	cho vay quốc gia
국가 전시	trưng bày hàng hóa quốc gia
국가 조달	cung cấp quốc gia
국가 주문	đặt mua quốc gia
국가 중재	trọng tài quốc gia
국가 증명서	giấy chứng minh quốc gia
국가 측정 검사	điều tra đo lường quốc gia
국가 통화	tiền tệ quốc gia
국가 투자	đầu tư quốc gia
국가 표준	tiêu chuẩn quốc gia
국가 표준 검사	điều tra tiêu chuẩn quốc gia
국가 표준차	chênh lệch tiêu chuẩn quốc gia
국경 무역	mậu dịch ranh giới
국경 세관	thuế quan ranh giới
국경 지역	khu vực ranh giới
국경 지점	địa điểm ranh giới
국경 화물 통과	thông qua hàng hóa ranh giới
국경 화물 통과 허가 제도	chế độ cho phép thông qua hàng hóa ranh giới
국경 화차 인도 가격	giá chuyển giao tàu lửa ranh giới
국내 광고	quảng cáo quốc nội
국내 생산	sản xuất quốc nội
국내 운송 회사	công ty vận tải quốc nội
국내 총생산	tổng sản lượng quốc nội

국내 출품자	người xuất sản phẩm quốc nội
국립 박람회	hội chợ quốc lập
국립 은행	ngân hàng quốc lập
국민 소득	thu nhập quốc dân
국세	thuế nhà nước
국영 기업	xí nghiệp quốc doanh
국영 대리점	phân điểm quốc doanh
국영 은행	ngân hàng quốc doanh
국외 생산	sản xuất nước ngoài
국외 여권	hộ chiếu nước ngoài
국유 자산	tài sản quốc hữu
국제 자금 조달	cung cấp vốn quốc tế
국제 개발 연맹	liên minh khai thác quốc tế
국제 결제	thanh toán quốc tế
국제 결제 은행	ngân hàng thanh toán quốc tế
국제 경매	bán đấu giá quốc tế
국제 경쟁력	sức cạnh tranh quốc tế
국제 관례	tục lệ quốc tế
국제 관세	thuế quan quốc tế
국제 금융 경기	tình hình kinh tế tài chính quốc tế
국제 금융 공사	công ty tài chính quốc tế
국제 금융 시장율	tỷ lệ thị trường tài chính quốc tế
국제 기구	tổ chức quốc tế
국제 노동국	cục lao động quốc tế
국제 노동 기구	tổ chức lao động quốc tế
국제 농업 개발 기금	quỹ khai thác nông nghiệp quốc tế
국제 독점	độc quyền quốc tế
국제 무역 센터	trung tâm mậu dịch quốc tế
국제 민간 항공 기구	tổ chức hàng không dân gian quốc tế
국제 박람회	hội chợ quốc tế
국제 부흥 개발 은행	ngân hàng khai thác phục hưng quốc tế
국제 사법 재판소	tòa án tư pháp quốc tế
국제 시장	thị trường quốc tế

가

국제 시장 가격	giá thị trường quốc tế
국제 시장 수요 경기	tình hình kinh tế nhu cầu thị trường quốc tế
국제 에너지 기구	tổ chức sức lực quốc tế
국제 연맹	liên minh quốc tế
국제 연합	liên hiệp quốc
국제 올림픽 연맹	liên minh đại hội thể thao quốc tế
국제 운송	vận tải quốc tế
국제 원자력 기구	tổ chức năng lượng nguyên tử quốc tế
국제 은행	ngân hàng quốc tế
국제 의무	nghĩa vụ quốc tế
국제 입찰	đấu thầu quốc tế
국제 적십자 위원회	ủy ban hồng thập tự quốc tế
국제 전문화	chuyên môn hóa quốc tế
국제 중재	trọng tài quốc tế
국제 철도 운송 협정	hiệp định vận tải đường sắt quốc tế
국제 철도 통과 운임	cước phí vận chuyển thông qua đường sắt quốc tế
국제 통화	tiền tệ quốc tế
국제 통화 기금	quỹ tiền tệ quốc tế
국제 통화 기금 특별 인출권	quyền rút tiền đặc biệt quỹ tiền tệ quốc tế
국제 표준	tiêu chuẩn quốc tế
국제 표준 무역 분류	phân loại mậu dịch tiêu chuẩn quốc tế
국제 표준 산업 분류	phân loại công nghiệp tiêu chuẩn quốc tế
국제 표준화 기구	tổ chức tiêu chuẩn hóa quốc tế
국제 협력 조합	tổ hợp hiệp lực quốc tế
국제 협약	hiệp ước quốc tế
국제 협정	hiệp định quốc tế
국채	quốc trái
권리	quyền lợi
・감독권	quyền quản lý
・감사권	quyền giám sát

가

- 거부권　　　　　　quyền phủ quyết
- 공소권　　　　　　quyền công tố
- 대리권　　　　　　quyền đại diện
- 대리점권　　　　　quyền phân điểm
- 독점권　　　　　　quyền độc quyền
- 발명권　　　　　　quyền phát minh
- 법인 권리　　　　 quyền lợi pháp nhân
- 법적 권리　　　　 quyền lợi pháp luật
- 사용권　　　　　　quyền sử dụng
- 사전 이용권　　　 quyền sử dụng trước
- 산업 재산권　　　 quyền tài sản công nghiệp
- 상환 청구권　　　 quyền yêu cầu trang trải
- 서명권　　　　　　quyền ký tên
- 소유권　　　　　　quyền sở hữu
- 우선 구매권　　　 quyền mua ưu tiên
- 우선권　　　　　　quyền ưu tiên
- 이전권　　　　　　quyền chuyển giao
- 재산권　　　　　　quyền tài sản
- 저당권　　　　　　quyền thế chấp
- 저작권　　　　　　quyền tác giả
- 저항권　　　　　　quyền chống đỡ
- 특허권　　　　　　độc quyền
- 해외 시장 진출권　quyền tiến tới thị trường hải ngoại
- 허가권　　　　　　quyền cho phép
- 화물 담보권　　　 quyền ký quỹ chấp hàng hóa
- 화물 선취권　　　 quyền chiếm giữ trước hàng hóa
- 화물 처분권　　　 quyền xử lý hàng hóa

권리 보호　　　　**bảo hộ quyền lợi**
권리 양도　　　　**chuyển nhượng quyền lợi**
권리 양도 계약　 **hợp đồng chuyển nhượng quyền lợi**
권리 재양도　　　**chuyển nhượng lại quyền lợi**
규격　　　　　　 **quy cách**
규범　　　　　　 **quy phạm**
- 개정 규범　　　　 quy phạm cải cách
- 경제 표준 규범　　quy phạm tiêu chuẩn kinh tế

• 공장 규범	quy phạm nhà máy
• 수출입 규범	quy phạm xuất nhập khẩu
• 지사 규범	quy phạm phân xã
• 지역 규범	quy phạm khu vực
• 표준 규범	quy phạm tiêu chuẩn
규정	**quy định**
• 검사 규정	quy định kiểm tra
• 경매 규정	quy định cạnh mại
• 법률 규정	quy định pháp luật
• 세관 규정	quy định thuế quan
• 외환 규정	quy định ngoại tệ
• 최혜국 우대 규정	quy định ưu đãi tối huệ quốc
규정 검사	**kiểm tra quy định**
규정 기간	**thời hạn quy định**
규칙	**quy tắc**
균등 가격	**giá bằng nhau**
균형	**cân bằng**
금리 대출	**cho vay lợi tức**
금 보유고	**kho dự trữ vàng bạc**
금 본위	**bản vị vàng**
금속 거래소	**nơi giao dịch kim loại**
금속 소요량	**số lượng kim loại cần thiết**
금액	**số tiền**
• 가지급 금액	số tiền sẽ trả sau
• 과세 이윤액	số tiền lợi nhuận đánh thuế
• 납입 금액	số tiền nộp
• 보증 금액	số tiền bảo đảm
• 보험 금액	số tiền bảo hiểm
• 소송 금액	số tiền tố tụng
• 순금액	số tiền thuần
• 액면 금액	số tiền mệnh giá
• 이윤액	số tiền lợi nhuận
• 전도 금액	số tiền tạm ứng
• 지불 금액	số tiền chi trả

• 체납 금액	số tiền thanh toán trễ
• 초과 지급 금액	số tiền chi trả vượt quá
• 총금액	tổng số tiền
• 해약 금액	số tiền hủy bỏ hợp đồng
금액 청구	yêu cầu số tiền
금액 환급	trả lại số tiền
금융 거래	giao dịch tài chính
금융 결제 센터	trung tâm thanh toán tài chính
금융계	giới tài chính
금융 보이코트	từ chối tài chính
금융 비용	chi phí tài chính
금융 비축분	phân dự trữ tài chính
금융 손실	tổn thất tài chính
금융 수익	lợi tức tài chính
금융 어음	hối phiếu tài chính
금융 업무	nghiệp vụ tài chính
금융 우대	ưu đãi tài chính
금융 위험	nguy hiểm tài chính
금융 재원	tài nguyên tài chính
금융 적자	thiếu hụt tài chính
금융 제도	chế độ tài chính
금융 제재	chế tài tài chính
금융 한도	hạn độ tài chính
금융 협약	hiệp ước tài chính
금전	tiền mặt
금전 단위	đơn vị tiền mặt
금전 대출	cho vay tiền mặt
금전 보상	bồi thường tiền mặt
금전 보상 지급	chi trả bồi thường tiền mặt
금전 보증	bảo đảm tiền mặt
금전 소득	lợi tức tiền mặt
금전 손실	tổn thất tiền mặt
금전 송달	gửi tiền mặt

금전 수령인	người nhận tiền mặt
금전 수취 영수증	hóa đơn nhận tiền mặt
금전 정산	tính toán kỹ tiền mặt
금전 지출	chi trả tiền mặt
금지	ngăn cấm
• 반입 금지	ngăn cấm đưa vào
• 반출 금지	ngăn cấm đưa ra
• 수입 금지	ngăn cấm thu nhập
• 수출 금지	ngăn cấm xuất khẩu
• 재추출 금지	ngăn cấm xuất khẩu lại
금지 관세	thuế quan ngăn cấm
금평가	cấm đánh giá
급여	tiền lương
기간	thời hạn
• 규정 기간	thời hạn quy định
• 대출 상환 기간	thời hạn trả lại cho vay
• 서비스 기간	thời hạn dịch vụ
• 우대 기간	thời hạn ưu đãi
• 지불 기간	thời hạn chi trả
• 투자 자본 회수 기간	thời hạn thu lại vốn đầu tư
• 표준 기간	thời hạn tiêu chuẩn
• 협약 유효 기간	thời hạn hữu hiệu hiệp ước
기간 연장	kéo dài thời hạn
기관	cơ quan
기구	tổ chức cơ cấu
• 경제 협력 개발 기구	tổ chức hợp tác phát triển kinh tế
• 구제 기구	tổ chức quốc tế
• 국제 노동 기구	tổ chức lao động quốc tế
• 국제 민간 항공 기구	tổ chức hàng không nhân dân quốc tế
• 국제 연합	liên hiệp quốc
• 국제 표준화 기구	tổ chức tiêu chuẩn hóa quốc tế
• 대외 경제 기구	tổ chức kinh tế đối ngoại
• 대외 무역 지원 기구	tổ chức chi viện mậu dịch đối ngoại
• 석유 수출국 기구	tổ chức nước xuất khẩu dầu

가

• 세계 무역 기구	tổ chức mậu dịch thế giới
• 세계 보건 기구	ổ chức y tế thế giới
• 아시아 태평양 경제 협력체	bộ hợp lực kinh tế Thái bình dương và châu Á
• 유엔 공업 개발 기구	tổ chức khai thác công nghiệp UN
• 유엔 교육 과학 문화 기구	tổ chức giáo dục khoa học văn hóa UN
• 유엔 식량 농업 기구	tổ chức nông nghiệp lương thực UN
• 협력 기구	tổ chức hiệp lực

기금   **quỹ**

- 경제 진흥 기금 — quỹ chấn hưng kinh tế
- 국제 농업 개발 기금 — quỹ khai thác nông nghiệp quốc tế
- 국제 통화 기금 — quỹ tiền tệ quốc tế
- 기업 기금 — quỹ xí nghiệp
- 물자 장려 기금 — quỹ khích lệ vật tư
- 생산 기금 — quỹ sản xuất
- 생산 진흥 기금 — quỹ chấn hưng sản xuất
- 순환 기금 — quỹ tuần hoàn
- 신용 기금 — quỹ tín nhiệm
- 예비 기금 — quỹ dự bị
- 외화 기금 — quỹ ngoại hối
- 유엔 아동 기금 — quỹ nhi đồng UN
- 은행 기금 — quỹ ngân hàng
- 정관 기금 — quỹ quy định
- 통화 공제 기금 — quỹ khấu trừ tiền tệ
- 현금 기금 — quỹ tiền mặt

기금 거래   **giao dịch quỹ**

기내 인도 조건부 공급   **cung cấp theo điều kiện chuyển giao trong thời hạn**

기능적 품질   **phẩm chất tính kỹ năng**

기대 손실   **tổn thất mong chờ**

기대 이익   **lợi ích mong chờ**

기록부   **biên bản**

기명 납입   **nộp ký tên**

기명 배서   **ký hậu ký tên**

기명 수표   **ngân phiếu ký tên**

기명식 신용장	thư tín dụng ký tên
기명 주식	cổ phần ký tên
기명 채권	con trái ký tên
기명 허가	cho phép ký tên
기반	nền tảng
• 물자 기술적 기반	nền tảng kỹ thuật vật tư
• 물자 재정적 기반	nền tảng tài chính vật tư
• 원자재 기반	nền tảng nguyên liệu thô
• 재무 기반	nền tảng tài vụ
기반 시설 비용	chi phí thiết bị nền tảng
기반 조직	tổ chức nền tảng
기본 가격	giá cơ bản
기본 가격표	bảng giá cơ bản
기본율	tỷ lệ cơ bản
기본 조건	điều kiện cơ bản
기술 경제 타당성 조사서상의 계산	tính toán theo thư điều tra thích đáng kinh tế kỹ thuật
기술 교환	trao đổi kỹ thuật
기술국	cục kỹ thuật
기술 사양	từ chối kỹ thuật
기술 사양서	thư từ chối kỹ thuật
기술 서류 심사	thẩm tra giấy kỹ thuật
기술 서비스	dịch vụ kỹ thuật
기술 설명서	bản giải thích kỹ thuật
기술 수출 서비스	dịch vụ xuất khẩu kỹ thuật
기술 심사	thẩm tra kỹ thuật
기술 연구 개발	khai thác nghiên cứu kỹ thuật
기술 위험 보험	bảo hiểm nguy hiểm kỹ thuật
기술 이전	chuyển giao kỹ thuật
기술 조건	điều kiện kỹ thuật
기술 증명서류 작성	làm giấy chứng minh kỹ thuật
기술 첨부물	đồ vật kèm theo kỹ thuật
기술 컨설팅 회사	công ty tư vấn kỹ thuật

기업	xí nghiệp
• 개인 기업	xí nghiệp cá nhân
• 경쟁 기업	xí nghiệp cạnh tranh
• 계열 기업	xí nghiệp hệ thống
• 고수익 기업	xí nghiệp lợi tức cao
• 국영 기업	xí nghiệp quốc doanh
• 다국적 기업	xí nghiệp nhiều nước
• 독립 재산 기업	xí nghiệp tài sản độc lập
• 동반 기업	xí nghiệp đi cùng
• 예하 기업	xí nghiệp ở dưới
• 조합 기업	xí nghiệp tổ hợp
• 합자 기업	xí nghiệp hùn vốn
• 활동 기업	xí nghiệp hoạt động

기업가	nhà xí nghiệp
기업 경영	kinh doanh xí nghiệp
기업 관리국	cục quản lý xí nghiệp
기업 기금	quỹ xí nghiệp
기업 대표 사무소	văn phòng đại diện xí nghiệp
기업명	tên xí nghiệp
기업 목록	mục lục xí nghiệp
기업 박람회	hội chợ xí nghiệp
기업 보고서	bản báo cáo xí nghiệp
기업 보증	bảo đảm xí nghiệp
기업 부채	món nợ xí nghiệp
기업 설립 자본금 납입	nộp tiền vốn thành lập xí nghiệp
기업 소득	lợi tức xí nghiệp
기업 소재지	nơi sở tại xí nghiệp
기업 연맹	liên minh xí nghiệp
기업 융자	cho vay xí nghiệp
기업 자금	vốn xí nghiệp
기업 자본	tiền vốn xí nghiệp
기업 자산	tư sản xí nghiệp
기업 자산 평가	đánh giá tư sản xí nghiệp
기업주	chủ xí nghiệp

기업 지사	chi cục xí nghiệp
기업 채무 차입금	tiền vay mượn trái vụ xí nghiệp
기업 채산성	tính tiền lãi xí nghiệp
기업 청산	thanh toán xí nghiệp
기업 팜플렛	tờ truyền đơn xí nghiệp
기업 합동	xí nghiệp chung
기준	tiêu chuẩn
・기술 경제 기준	tiêu chuẩn kinh tế kỹ thuật
・도량형 기준	tiêu chuẩn đo lường
・러시아 법률 기준	tiêu chuẩn pháp luật Nga
・산업 기준	tiêu chuẩn công nghiệp
・수익 기준	tiêu chuẩn thu nhập
・완제품 수령 기준	tiêu chuẩn nhận hàng thành phẩm
・의무 예비비 기준	tiêu chuẩn tiền dự bị nghĩa vụ
・이율 기준	tiêu chuẩn lãi suất
・적재 기준	tiêu chuẩn chất hàng
・채산성 기준	tiêu chuẩn tính tiền lãi
・최신 개정 기준	tiêu chuẩn sửa đổi tối tân
・통화 기준	tiêu chuẩn tiền tệ
・통화 할당 기준	tiêu chuẩn phân bổ tiền tệ
・하역 기준	tiêu chuẩn bốc xếp
・화물 작업 기준	tiêu chuẩn làm việc hàng hóa
・기준율	tỷ lệ tiêu chuẩn
기지	căn cứ
기초	nền tảng
기타 비용	chi phí cái khác
기타 비용 배정	bố trí chi phí cái khác
기탁	ủy thác
기탁금	tiền ủy thác
기탁자	người ủy thác
기판매 상품	hàng đã bán
기한 경과 부채	món nợ đã qua thời hạn
기한	kỳ hạn
・공급 기한	kỳ hạn cung cấp

・선적 기한	kỳ hạn bốc hàng
・신용 대출 기한	kỳ hạn cho vay tín nhiệm
・신용 대출 변제 기한	kỳ hạn hoàn lại cho vay tín nhiệm
・지불 기한	kỳ hạn chi trả
기한부 거래	giao dịch theo kỳ hạn
기한부 구매	mua theo kỳ hạn
기한부 납입	nộp tiền theo kỳ hạn
기한부 대출	cho vay theo kỳ hạn
기한부 보험 증서	chứng từ bảo hiểm theo kỳ hạn
기한부 어음	phiếu thanh toán theo kỳ hạn
기한 초과	vượt quá kỳ hạn
・공급 기한 초과	vượt quá kỳ hạn cung cấp
・지불 기한 초과	vượt quá kỳ hạn chi trả
기한 초과 대출	cho vay vượt quá kỳ hạn
기한 초과 대출 계좌	tài khoản cho vay vượt quá kỳ hạn
기한 초과 부채	món nợ vượt quá kỳ hạn
기한 초과 불입	chi trả vượt quá kỳ hạn
기한 초과 선적	bốc hàng vượt quá kỳ hạn
기한 초과 어음	phiếu thanh toán vượt quá kỳ hạn
기항지	nơi cập cảng
긴축 융자	cho vay rút bớt
길이가 긴 화물	hàng hóa chiều dài

가

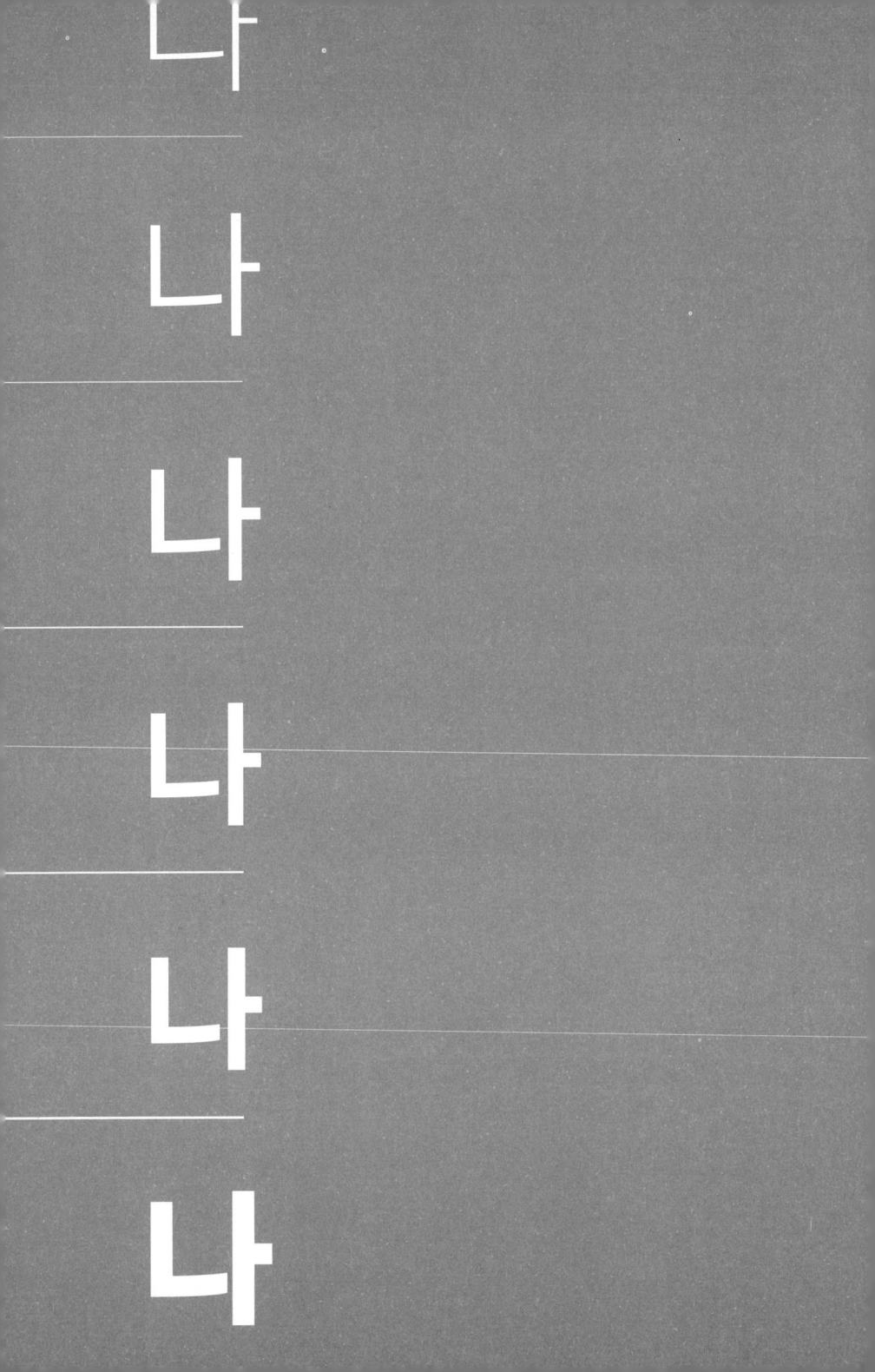

나룻배	chiếc đò
날짜	ngày
납세자	người nộp thuế
납세전 이익	lợi ích trước nộp thuế
납세전 이익 공제금	tiền khấu trừ lợi ích trước nộp thuế
납세후 이익	lợi ích sau nộp thuế
납세후 이익 공제금	tiền khấu trừ lợi ích sau nộp thuế
납입	nộp tiền
• 기명 납입	nộp tiền ký tên
• 기업 설립 자본금 납입	nộp tiền tiền vốn thành lập xí nghiệp
• 기한부 납입	nộp tiền theo thời hạn
• 단기 납입	nộp tiền ngắn hạn
• 러시아 화폐 납입	nộp tiền Nga
• 무기한 납입	nộp tiền vô thời hạn
• 무이자 납입	nộp tiền vô tiền lãi
• 물품 및 가치 평가식 납입	nộp tiền theo đánh giá giá trị và đồ vật
• 상품 납입	nộp tiền hàng
• 외화 납입	nộp ngoại tệ
• 요구불 납입	nộp tiền theo yêu cầu
• 은행 납입	nộp tiền ngân hàng
• 이자식 납입	nộp tiền theo tiền lãi
• 장기 납입	nộp tiền trường kỳ
• 적립 납입	nộp tiền tích lũy
• 특별 납입	nộp tiền đặc biệt
• 화폐식 납입	nộp tiền theo tiền tệ
납입 가격	giá cả nộp
납입 금액	tiền nộp
납입 대체 지급	chi trả chuyển khoản nộp tiền
납입자	người nộp
납입 자금	tiền vốn nộp
납입 증서	chứng từ nộp
납입 채산성	tính tiền lãi nộp
납입 평가	đánh giá nộp
납입 환급	trả lại nộp

나

낱개 화물	hàng hóa cái một
내국 소비세	thuế tiêu dùng quốc nội
내부 자금	tiền vốn nội bộ,
냉동 화물	hàng hóa đông lạnh
네트	lưới
노동력 결손	tổn thất sức lao động
노동력 고용	thuê nhân công sức lao động
노선	lộ trình
노선 용선	thuê tàu lộ trình
노하우	bí quyết
노후화	đồ dùng cũ hóa
농산물 거래소	nơi giao dịch nông phẩm
농산물 판매	bán nông phẩm
농업 박람회	hội chợ nông nghiệp
누적 부채	món nợ tích lũy
눈에 보이는 결함	khuyết điểm có thể xem
눈에 보이지 않는 결함	khuyết điểm không thể xem
뉴욕 증권 거래소	nơi giao dịch chứng khoán Neu York
능율성	tính năng suất

다각화	đa giác hóa
다각화 프로그램	chương trình đa giác hóa
다국적 기업	xí nghiệp nhiều nước
다변화	đa biến hóa
• 경제 다변화	đa biến hóa kinh tế
• 무역 다변화	đa biến hóa mậu dịch
• 수출 다변화	đa biến hóa xuất khẩu
다자간 결제	thanh toán giữa nhiều người
다자간 전문화	chuyên môn hóa giữa nhiều người
다자간 중재	trọng tài giữa nhiều người
다자간 협력	hợp lực giữa nhiều người
다자간 협상	hiệp thương giữa nhiều người
다자간 협약	hiệp ước giữa nhiều người
다자 계약	hợp đồng đa giá
다자 어음 교환	trao đổi hối phiếu giữa nhiều người
다중 포장	đóng gói nhiều lần
단거리 수송 시장	thị trường vận tải cự ly ngắn
단거리 운송	vận tải cự ly ngắn
단기간 처분되지 않은 자산	tư sản không xử lý thời hạn ngắn
단기 계약	hợp đồng thời hạn ngắn
단기 납입	nộp thời hạn ngắn
단기 대부	cho vay thời hạn ngắn
단기 대출	cho thuê thời hạn ngắn
단기 어음	hối phiếu thời hạn ngắn
단기 융자	cấp vốn thời hạn ngắn
단기 의무	nghĩa vụ thời hạn ngắn
단기 임대	thuê thời hạn ngắn
단기 채권	trái phiếu thời hạn ngắn
단기 협약	hiệp ước thời hạn ngắn
단순 허가	cho phép đơn giản
단위	đơn vị
• 가격 단위	đơn vị giá cả
• 계산 단위	đơn vị tính toán

・금전 단위	đơn vị đồng tiền
・미터법 단위	đơn vị phép thước
・상품 단위	đơn vị hàng
・통화 단위	đơn vị tiền tệ
・화물 단위	đơn vị hàng hóa
단일 가격	giá đơn nhất
단일 관세	thuế quan đơn nhất
단일 대표	đại diện đơn nhất
단일 명의 어음	hối phiếu danh nghĩa đơn nhất
단일본	bản đơn nhất
단일 전문 용어	từ ngữ chuyên môn đơn nhất
단일 화물	hàng hóa đơn nhất
단지	khu
・공업 단지	khu công nghiệp
・박람회 단지	khu hội chợ
・복합 업무 단지	khu nghiệp vụ đa dạng
・연구 생산 단지	khu sản xuất nghiên cứu
담당자	người đảm đang
담보	thế chấp
담보 가치	giá trị thế chấp
담보 대부	cho vay thế chấp
담보 대출	cho thuê thế chấp
담보 부채	món nợ thế chấp
담보 융자	cấp vốn thế chấp
담보 저당	cầm cố thế chấp
담보 증서	chứng từ thế chấp
당면 계획	kế hoạch đối diện
당일 시세	thời giá ngày đó
당좌 계정	kế toán tài khoản
당좌 계정 적자	thâm hụt kế toán tài khoản
당좌 대월 대출	cho vay đại nguyệt tài khoản
당좌 대월 이자	tiền lãi đại nguyệt tài khoản
당좌 예산	ngân sách tài khoản

당좌 지급	chi trả tài khoản
당해 연도	niên độ thỏa đáng
대규모 연안 항해	hàng hải ven bờ quy mô lớn
대규모 사업	công việc quy mô lớn
대금 인환불	nhận chi trả bằng tiền
대금 지불 서류	giấy tờ chi trả tiền
대금 지불에서의 선불	trả trước bằng tiền mặt
대금 지불 증명 발급	cấp cho chứng minh chi trả tiền
대기 시간	thời gian chờ
대량 구매	mua với số lượng nhiều
대량 생산 제품	chế phẩm sản xuất đại lượng
대리 계좌	tài khoản đại lý
대리권	quyền đại lý
대리 수수료	tiền thù lao đại lý
대리 은행	ngân hàng đại lý
대리인	người đại lý
・구매 대리인	người đại lý mua
・독점 대리인	người đại lý độc quyền
・무역 대리인	người đại lý mậu dịch
・보험 대리인	người đại lý bảo hiểm
・상업 대리인	người đại lý thương mại
・선주측 대리인	người đại lý bên chủ tàu
・수입 대리인	người đại lý nhập khẩu
・수출 대리인	người đại lý xuất khẩu
・용선 대리인	người đại lý sử dùng tàu
・운송 대리인	người đại lý vận tải
・위탁 대리인	người đại lý ủy thác
・임대인측 대리인	người đại lý bên người mướn
・총대리인	người tổng đại lý
・판매 대리인	người đại lý bán
・해운 대리인	người đại lý hải vận
대리점	điểm đại lý
・관광 대리점	điểm đại lý tham quan
・광고 대리점	điểm đại lý quảng cáo

・국영 대리점	điểm đại lý quốc doanh
・독점 대리점	điểm đại lý độc quyền
・무역 대리점	điểm đại lý mậu dịch
・보험 대리점	điểm đại lý bảo hiểm
・복합 운송 대리점	điểm đại lý vận tải đa dạng
・운송 대리점	điểm đại lý vận tải
・종합 대리점	điểm đại lý tổng hợp
・화물 발송 대리점	điểm đại lý gửi hàng hóa
대리점 계약	**hợp đồng điểm đại lý**
대리점권	**quyền điểm đại lý**
대리점 기업	**xí nghiệp điểm đại lý**
대리점 대표 사무소	**văn phòng đại diện điểm đại lý**
대리점 서어비스	**dịch vụ điểm đại lý**
대리점 수수료	**tiền thù lao điểm đại lý**
대리점 협약	**hiệp ước điểm đại lý**
대리 증서	**chứng từ đại lý**
대부	**cho vay**
・계좌 대부	cho vay tài khoản
・단기 대부	cho vay thời hạn ngắn
・담보 대부	cho vay thế chấp
・무보증 대부	cho vay không bảo đảm
・무이자 대부	cho vay không tiền lãi
・변제 대부	cho vay trả lại
・보증 대부	cho vay bảo đảm
・신용 대부	cho vay tín nhiệm
・우대 조건 대부	cho vay điều kiện ưu đãi
・은행 대부	cho vay ngân hàng
・인수 대부	cho vay tiếp nhận
・자동 연장 대부	cho vay kéo dài tự động
・장기 대부	cho vay trường kỳ
・채권 대부	cho vay trái phiếu
・통화 대부	cho vay tiền tệ
・현금 대부	cho vay tiền mặt
대부 기관	**cơ quan cho vay**

대부 상환	trả lại cho vay
대부 상환 연기	kéo dài trả lại cho vay
대부 신청서	đơn xin cho vay
대부 은행	ngân hàng cho vay
대부 이자	tiền lãi cho vay
대부 자본	vốn cho vay
대부 자본 시장	thị trường vốn cho vay
대손	tổn thất lớn
대여료	tiền cho vay
대여 자산	tư sản cho vay
대외 경제 관계	quan hệ kinh tế đối ngoại
대외 경제 관계국	nước quan hệ kinh tế đối ngoại
대외 경제 관계 자유화	tự do hóa quan hệ kinh tế đối ngoại
대외 경제 기구	tổ chức kinh tế đối ngoại
대외 경제 정책	chính sách kinh tế đối ngoại
대외 경제 협력	hiệp lực kinh tế đối ngoại
대외 경제 활동	hoạt động kinh tế đối ngoại
대외 경제 활동 자금 조달	cung cấp tiền vốn hoạt động kinh tế đối ngoại
대외 무역	mậu dịch đối ngoại
대외 무역 자격	tư cách mậu dịch đối ngoại
대외 무역 거래	giao dịch mậu dịch đối ngoại
대외 무역 계약	hợp đồng mậu dịch đối ngoại
대외 무역 관계	quan hệ mậu dịch đối ngoại
대외 무역 광고	quảng cáo mậu dịch đối ngoại
대외 무역 기관	cơ quan mậu dịch đối ngoại
대외 무역 독점	độc quyền mậu dịch đối ngoại
대외 무역 분쟁	tranh chấp mậu dịch đối ngoại
대외 무역 수지	thu chi mậu dịch đối ngoại
대외 무역 연맹	liên minh mậu dịch đối ngoại
대외 무역 운송	vận tải mậu dịch đối ngoại
대외 무역 유통	lưu thông mậu dịch đối ngoại
대외 무역 적자	thâm hụt mậu dịch đối ngoại

대외 무역 정책	chính sách mậu dịch đối ngoại
대외 무역 중재	trọng tài mậu dịch đối ngoại
대외 무역 중재 수수료	tiền thù lao trọng tài mậu dịch đối ngoại
대외 무역 지원 기구	tổ chức chi viện mậu dịch đối ngoại
대외 무역 지원 융자	cho vay chi viện mậu dịch đối ngoại
대외 무역 협력	hiệp lực mậu dịch đối ngoại
대외 무역 협약	hiệp ước mậu dịch đối ngoại
대외 무역 활동	hoạt động mậu dịch đối ngoại
대외 무역 회사	công ty mậu dịch đối ngoại
대외 무역 회의소	nơi họp mậu dịch đối ngoại
대외 시장	thị trường đối ngoại
대위 변제	trả lại thay thế
대위 변제에 관한 약관	quy định về trả lại thay thế
대응 구매	mua đối phó
대응 소송	tố tụng đối phó
대응 어음	hối phiếu đối phó
대응 클레임	thỉnh cầu bồi thường tổn thất đối phó
대차 대조표	phiếu đối chiếu cân bằng
대차 대조표 결산	kết toán phiếu đối chiếu cân bằng
대체	thay thế
대출	cho vay
· 금리 대출	cho vay tiền lãi
· 금전 대출	cho vay đồng tiền
· 기한부 대출	cho vay theo thời hạn
· 기한 초과 대출	cho vay vượt quá thời hạn
· 단기 대출	cho vay thời hạn ngắn
· 담보 대출	cho vay thế chấp
· 러시아 루불화 대출	cho vay rouble hóa Nga
· 러시아 연방 국영 은행 대출	cho vay ngân hàng quốc doanh liên bang Nga
· 루불화 대출	cho vay rouble hóa
· 목적 대출	cho vay mục đích
· 무상환 대출	cho vay không trả lại
· 무이자 대출	cho vay không tiền lãi

• 보증 대출	cho vay bảo đảm
• 상품 자재 담보 대출	cho vay thế chấp vật tư hàng
• 상품 담보 대출	cho vay thế chấp hàng
• 상호 대출	cho vay lẫn nhau
• 서비스 제공 대출	cho vay cung cấp dịch vụ
• 수출 금융 대출	cho vay tài chính xuất khẩu
• 외화 대출	cho vay ngoại tệ
• 운송 물품 담보 대출	cho vay thế chấp hàng vận tải
• 유가 증권 담보 대출	cho vay thế chấp chứng khoán có giá
• 은행 대출	cho vay ngân hàng
• 이중 담보 대출	cho vay thế chấp trùng lặp
• 일회성 대출	cho vay một lần
• 장기 대출	cho vay trường kỳ
• 재고 물품 담보 대출	cho vay thế chấp hàng trong kho
• 중기 대출	cho vay trung thời hạn
• 지급 서류 담보 대출	cho vay thế chấp tài liệu chi trả
• 직접 대출	cho vay trực tiếp
• 항만 야적 물품 담보 대출	cho vay thế chấp hàng dã tích bến cảng
대출 결제 업무	**nghiệp vụ thanh toán cho vay**
대출 계좌	**tài khoản cho vay**
대출 보증	**bảo đảm cho vay**
대출 상환	**trả lại cho vay**
대출 상환 기간	**thời hạn trả lại cho vay**
대출 수령인	**người nhận cho vay**
대출 수요	**nhu cầu cho vay**
대출 신청서	**đơn xin cho vay**
대출 연장	**kéo dài cho vay**
대출 이자	**tiền lãi cho vay**
대출 이자율	**tỷ lệ tiền lãi cho vay**
대출 이행 수수료	**tiền thù lao thực hiện cho vay**
대출 자본	**vốn cho vay**
대출 청구	**yêu cầu cho vay**
대표	**đại diện**
• 단일 대표	đại diện đơn nhất

· 무역 대표	đại diện mậu dịch
· 전권 대표	đại diện toàn quyền
· 총대표	tổng đại diện
· 특별 권한 대표	đại diện quyền hạn đặc biệt
대표부	bộ đại diện
대표 사무소	văn phòng đại diện
· 기업 대표 사무소	văn phòng đại diện xí nghiệp
· 대리점 사무소	văn phòng phân điểm
· 독점 대표 사무소	văn phòng đại diện độc quyền
· 무역 대표부	bộ đại diện mậu dịch
· 합작 기업 대표 사무소	văn phòng đại diện xí nghiệp hợp tác
대표 사무소 개설 목적	mục đích thành lập văn phòng đại diện
대표 사무소 비용	chi phí văn phòng đại diện
대표 이사	giám đốc đại diện
덤핑	bán phá giá
덤핑 가격	giá bán phá giá
덤핑 수출	xuất khẩu bán phá giá
데이터 뱅크	ngân hàng tình báo
도급(청부)	hợp đồng
도급 계약	hợp đồng làm việc
도급 업체	công ty hợp đồng
도급인	người hợp đồng
도급 회사	công ty hợp đồng
도량형 기준	tiêu chuẩn đo lường
도로 건설 비용	chi phí xây dựng con đường
도매	bán sỉ
도매 가격	giá bán sỉ
도매 구입	mua sỉ
도매 무역	mậu dịch sỉ
도매 물가 지수	chỉ số giá sỉ
도매 소비자	người tiêu dùng sỉ
도매 시장	thị trường sỉ
도매 회사	công ty sỉ

도입	dẫn nhập
• 융자 도입	dẫn nhập cho vay
• 자금 도입	dẫn nhập tiền vốn
• 해외 기술 도입	dẫn nhập kỹ thuật hải ngoại
도착	đến
도착 시간	thời gian đến
독립 계정	tài khoản độc lập
독립 심사	thẩm tra độc lập
독립 채산 기관 자금	tiền vốn cơ quan tính toán độc lập
독립 채산 기업	xí nghiệp tính toán độc lập
독립 채산 소득	lợi tức tính toán độc lập
독립 채산 연맹	liên minh tính toán độc lập
독립 채산제	tính toán chế độc lập
독점	độc quyền
독점 가격	giá độc quyền
독점권	quyền độc quyền
독점 대리인	người đại lý độc quyền
독점 대표 사무소	văn phòng đại diện độc quyền
독점 수입자	người nhập khẩu độc quyền
독점 이익	lợi ích độc quyền
돈	tiền bạc
동결 자금	tiền vốn đóng băng
동결 자산	tư sản đóng băng
동결 적립금	tiền tích lũy đóng băng
동맹 파업	cuộc đình công
동반 기업	xí nghiệp đi cùng
동반자	người đi cùng
동반 제품	chế phẩm đi cùng
동의	đồng ý
동전	đồng xu
동종 화물	hàng hóa đồng loại
등급 평가	đánh giá tầng cấp
등기	đăng ký

등기료	lệ phí đăng ký
등기부	sổ đăng ký
등록	đăng ký
등록 간행물	ấn phẩm xuất bản đăng ký
등록 거래소	nơi giao dịch đăng ký
등록부	sổ đăng ký
등록세	thuế đăng ký
등록 수수료	tiền thù lao đăng ký
등록 증명서	giấy chứng minh đăng ký
딜러	làm cái
딜러망	lưới làm cái
딜러 할인	giảm giá làm cái

라
라
라
라
라
라
라

라디오 광고	quảng cáo trên radio
라이센스	giấy phép
라이센스 계약	hợp đồng giấy phép
라이센스 교환	trao đổi giấy phép
라이센스 기업	xí nghiệp giấy phép
라이센스 수수료	tiền thù lao giấy phép
라이센스 약정식 결제	thanh toán ước định giấy phép
라이센스 연합	liên hợp giấy phép
라이센스 협약	hiệp ước giấy phép
러시아 루불화 대출	cho vay rouble hóa Nga
러시아 및 외국 기업 출자 회사	công ty đầu tư xí nghiệp nước ngoại và Nga
러시아 법률 기준	tiêu chuẩn pháp luật Nga
러시아 연방 경제개발 통상부	bộ thương mại khai thác kinh tế liên bang Nga
러시아 연방 경제부	bộ kinh tế liên bang Nga
러시아 연방 교통부	bộ giao thông liên bang Nga
러시아 연방 국가 표준	tiêu chuẩn quốc gia liên bang Nga
러시아 연방 국경선	biên giới liên bang Nga
러시아 연방 국립 은행	ngân hàng quốc lập liên bang Nga
러시아 연방 국영 은행 대출	cho vay ngân hàng quốc doanh liên bang Nga
러시아 연방 민법	dân luật liên bang Nga
러시아 연방 법무부	bộ luật pháp liên bang Nga
러시아 연방 재무부	bộ tài vụ liên bang Nga
러시아 연방 철도부	bộ đường sắt liên bang Nga
러시아 연방 내에서 인가된 기업	xí nghiệp được cho phép trong liên bang Nga
러시아 연방으로 임시 반입된 상품	hàng đưa vào liên bang Nga tạm thời
러시아 연방으로 임시 반입된 자산	tư sản đưa vào liên bang Nga tạm thời

라

러시아 연방으로부터 임시 반출된 상품	hàng đưa ra tạm từ liên bang Nga
러시아 연방으로부터 임시 반출된 자산	tư sản đưa ra tạm từ liên bang Nga
러시아 연방으로부터의 자산 재반출	đưa ra lại tư sản từ liên bang Nga
러시아 연방으로부터의 자산 재반입 의무	nghĩa vụ đưa vào lại tư sản từ liên bang Nga
러시아 연방으로부터의 자산 재반출 의무	nghĩa vụ đưa ra lại tư sản từ liên bang Nga
러시아 연방으로부터의 자산 반입	đưa vào tư sản từ liên bang Nga
러시아 화폐 납입	nộp tiền Nga
런던 은행간 거래 금리	lãi suất giao dịch giữa ngân hàng Luân Đôn
로열티	tiền bản quyền tác giả
로열티 비율	tỷ lệ tiền bản quyền tác giả
루블 및 외화 자산	tư sản ngoại tệ và rouble
루블 매상고	doanh thu rouble
루블화 계좌	tài khoản rouble hóa
루블화 대출	cho vay rouble hóa
루블화와의 동일 가치	giá trị đồng nhất với rouble
리스	thuê
리스 서어비스	dịch vụ thuê
리스 업무	nghiệp vụ thuê
리스 회사	công ty thuê

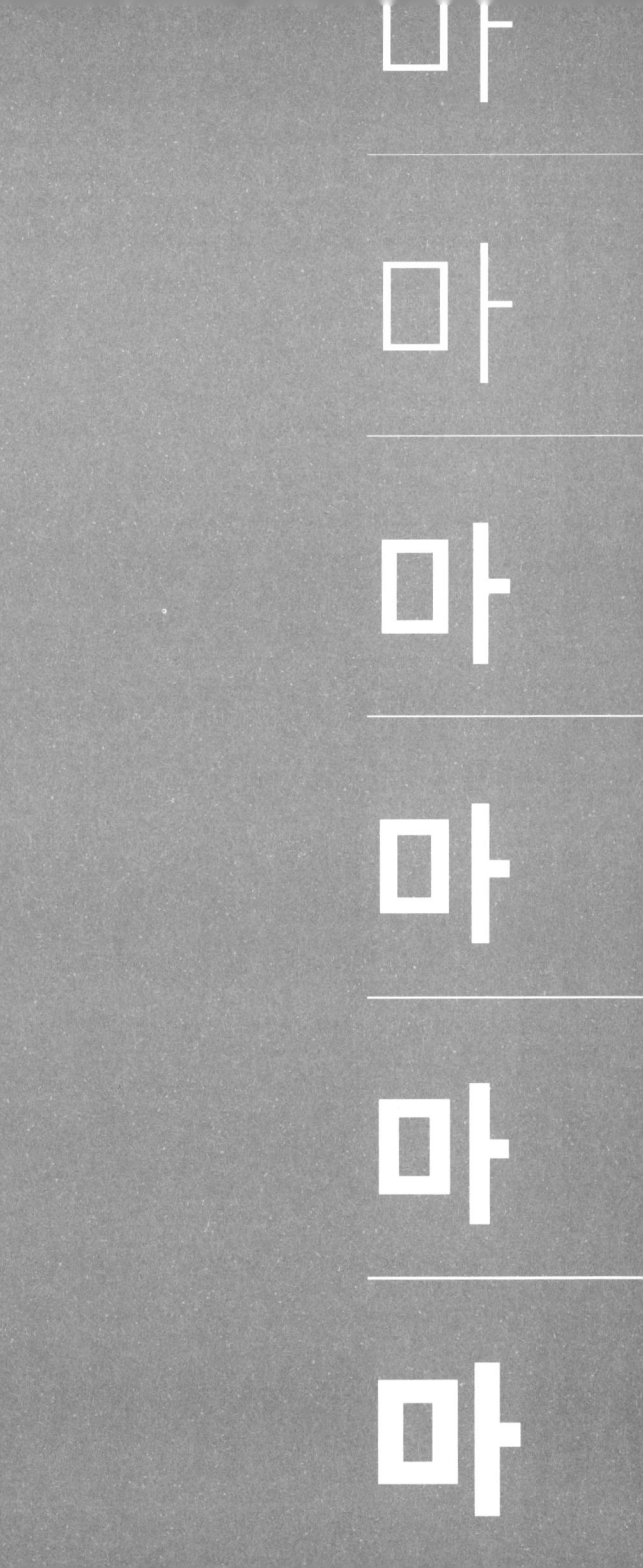

마감 계정	tài khoản hết hạn
마감 대차 대조표	bảng cân đối tài chính hết hạn
마감 시세	thời thế hết hạn
마멸	hao mòn
마진	số dư
마케팅	tiếp thị
마케팅 비용	chi phí tiếp thị
마케팅 서어비스	dịch vụ tiếp thị
마케팅 전문가	nhà chuyên môn tiếp thị
마케팅 회사	công ty tiếp thị
마크	nhãn hiệu
마크 표시	biểu thị nhãn hiệu
만 인도 가격	giá dẫn độ vịnh
매각 계약	hợp đồng bán
매니저	người quản lý
매도 가격	giá bán hàng
매도율	tỷ lệ bán hàng
매도인측 국경 화차 인도 조건부 공급	cung cấp theo điều kiện dẫn độ tàu lửa biên giới bên người bán hàng
매도자 가격	giá người bán
매매 거래	giao dịch mua bán
매매 계약	hợp đồng mua bán
매상고	doanh thu
• 루블 매상고	doanh thu rouble
• 순매상고	doanh thu thuần
• 외화 매상고	doanh thu ngoại tệ
• 용역 제공 및 제품 판매 매상고	doanh thu bán chế phẩm và cung cấp dịch vụ
• 총매상고	tổng doanh thu
• 판매 매상고	doanh thu bán
매수 가격	giá mua
매수인	người mua
매수인 계좌	tài khoản người mua

매수인 지정항	cảng chỉ định người mua
매수인 창고	kho người mua
매수자 가격	giá người mua
매입량	số lượng mua
매입세	thuế mua
매입율	tỷ lệ mua
매입 중개인	người môi giới mua
매입처 지급 보증	bảo đảm chi trả nơi mua
매출을 계속하는것	việc tiếp tục bán
면세 구역	khu miễn thuế
면세 화물	hàng hóa miễn thuế
면책 비율	tỷ lệ miễn trách
면허	giấy phép
명목 소득	lợi tức danh mục
명세서	bản kê khai
・가격 명세서	bản kê khai giá
・상품 명세서	bản kê khai hàng
・선적 명세서	bản kê khai chất hàng lên tàu
・요율 명세서	bản kê khai tỷ lệ
・중량 명세서	bản kê khai trọng lượng
・포장 명세서	bản kê khai đóng gói
・화물 명세서	bản kê khai hàng hóa
명세서 작성	làm bản kê khai
명의 위임장	giấy ủy nhiệm danh nghĩa
명칭	tên gọi
명함	danh thiếp
모라토리움	trì hoãn chi trả
모피 경매	bán đấu giá lông thú
목록 가격	giá mục lục
목재 거래소	nơi giao dịch gỗ
목재 경매	bán đấu giá gỗ cạnh mại gỗ
목적	mục đích
목적 대출	cho vay mục đích

목적 대출 이용	lợi dụng cho vay mục đích
목표 프로그램	chương trình mục tiêu
목화 거래소	nơi giao dịch cây bông
몫	phần
몰수	tịch thu
무관세 상품 수입	nhập khẩu hàng không thuế
무관세 수출	xuất khẩu không thuế
무관세 화물	hàng hóa không thuế
무기명 신용장	thư tín dụng không ký tên
무기명 인수	tiếp nhận không ký tên
무기명 주식	cổ phần không ký tên
무기한 납입	nộp không thời hạn
무담보 부채	món nợ không thế chấp
무담보 신용장	thư tín dụng không thế chấp
무담보 초과 인출	rút ra vượt quá không thế chấp
무료 이용	lợi dụng miễn phí
무보증 대부	cho vay không bảo đảm
무사고 선하 증권	chứng khoán có giá không sự cố
무사전 검사 판매	bán không kiểm tra trước
무상 견본	mẫu miễn phí
무상 서비스	dịch vụ miễn phí
무상 양도	chuyển giao miễn phí
무상 하역	bốc xếp hàng miễn phí
무상환 대출	cho vay không trả lại
무역	mậu dịch
・구상 무역	mậu dịch bằng giao hoán hàng hóa
・국가 무역	mậu dịch quốc gia
・국경 무역	mậu dịch biên giới
・대외 무역	mậu dịch đối ngoại
・도매 무역	mậu dịch bán si
・세계 무역	mậu dịch thế giới
・소매 무역	mậu dịch bán lẻ
・연계 무역	mậu dịch móc xích

마

• 연안 무역	mậu dịch ven biển
• 허가 무역	mậu dịch cho phép
무역 산업 박람회	hội chợ công nghiệp mậu dịch
무역 가격	giá mậu dịch
무역 간행물	ấn phẩm xuất bản mậu dịch
무역 경로	quá trình mậu dịch
무역 경쟁국	nước cạnh tranh mậu dịch
무역 경쟁자	đối thủ cạnh tranh mậu dịch
무역 경제 협력	hiệp lực kinh tế mậu dịch
무역 경제 협약	hiệp ước kinh tế mậu dịch
무역 계약	hợp đồng mậu dịch
무역 공고	công bố mậu dịch
무역관	quán mậu dịch
무역 관례	lệ thường mậu dịch
무역 다변화	đa biến hóa mậu dịch
무역 대리인	người đại diện mậu dịch
무역 대리점	điểm đại lý mậu dịch
무역 대표	đại diện mậu dịch
무역 대표부	bộ đại diện mậu dịch
무역 등록부	sổ đăng ký mậu dịch
무역 봉쇄	phong tỏa mậu dịch
무역 분쟁	tranh chấp mậu dịch
무역 비용	chi phí mậu dịch
무역 사절단	đoàn đại biểu mậu dịch
무역 센터	trung tâm mậu dịch
무역 수지	thu chi mậu dịch
무역 수지 적자	thâm hụt thu chi mậu dịch
무역 어음	phiếu thanh toán mậu dịch
무역 우대	ưu đãi mậu dịch
무역 융자	cấp vốn mậu dịch
무역 은행	ngân hàng mậu dịch
무역 자금 조달	cung cấp tiền vốn mậu dịch
무역 자유화	tự do hóa mậu dịch

무역 전문가	nhà chuyên môn mậu dịch
무역 전쟁	đấu tranh mậu dịch
무역 정책	chính sách mậu dịch
무역 제재	trừng phạt mậu dịch
무역 제한	giới hạn mậu dịch
무역항	cảng mậu dịch
무역 협상	thương lượng mậu dịch
무역 회사	công ty mậu dịch
무이자 계좌	tài khoản không tiền lãi
무이자 납입	nộp không tiền lãi
무이자 대부	cho vay không tiền lãi
무이자 대출	cho thuê không tiền lãi
무조건 보증	bảo đảm vô điều kiện
무조건 인수	tiếp nhận vô điều kiện
포크레인 선적	bốc hàng lên không xe cuốc
무투표권 회원	hội viên không quyền bầu cử
무한 책임 회사	công ty trách nhiệm vô hạn
무형 수출	xuất khẩu vô hình
무환 결제	thanh toán không trao đổi
무환 이체	chuyển khoản không trao đổi
묶음 화물	hàng hóa đóng gói
문서	tài liệu
문서 감사	thanh tra tài liệu
문서 보관소	nơi giữ đồ tài liệu
문서 작성	làm tài liệu
문의	câu hỏi
물가 안정	ổn định vật giá
물가 조절	điều tiết vật giá
물류	vật loại
물리적 소멸	tiêu tan vật lý
물물 거래	giao dịch những đồ vật
물물 교환	đổi chác hàng hóa
물자	vật tư

물자 기술적 기반	nền tảng kỹ thuật vật tư
물자 재정적 기반	nền tảng tài chánh vật tư
물자 기술 공급	cung cấp kỹ thuật vật tư
물자 기술 공급 전문가	nhà chuyên môn cung cấp kỹ thuật vật tư
물자 손실	tổn thất vật tư
물자 수요	nhu cầu vật tư
물자 자원	tài nguyên vật tư
물자 장려 기금	quỹ khuyến khích vật tư
물자 절약	tiết kiệm vật tư
물적 보증	bảo đảm tính vật chất
물적 소송	tố tụng tính vật chất
물적 손실	tổn thất tính vật chất
물적 장려	khuyến khích tính vật chất
물적 장려금	tiền khuyến khích tính vật chất
물적 책임	trách nhiệm tính vật chất
물질 보상	bồi thường vật chất
물품	đồ vật
·반입 금지품	mặt hàng cấm mang vào
·반출 금지품	mặt hàng cấm đưa ra
·수입 금지품	mặt hàng cấm nhập khẩu
·수출 금지품	mặt hàng cấm xuất khẩu
물품 및 가치 평가식 납입	nộp đánh giá giá trị và đồ vật
물품 교환	trao đổi đồ vật
물품 교환 업무	nghiệp vụ trao đổi đồ vật
물품 증명서	giấy chứng minh đồ vật
미결제 위험	nguy hiểm chưa thanh toán
미결제 위험 보험	bảo hiểm nguy hiểm chưa thanh toán
미국 표준 협회	hiệp hội tiêu chuẩn Hoa kỳ
미납	chưa nộp
미납금	tiền chưa nộp
미달	chưa đạt
미상환 부채	công nợ chưa trả

미선적 일부 화물	hàng hóa một phần chưa bốc lên
미신고 화물	hàng hóa chưa kê khai
미예상 비용	chi phí chưa dự đoán
미완 생산	sản xuất chưa hoàn thành
미이행	chưa thực hiện
미인수	chưa nhận
미지급	chưa chi trả
미지불	chưa chi trả
미터법 단위	đơn vị phép thước
미터법 환산	hoán đổi phép thước
미판매 상품	hàng chưa bán
미확인 신용장	thư tín dụng chưa xác nhận
민사 책임	trách nhiệm dân sự
민사 책임 보험	bảo hiểm trách nhiệm dân sự
밀반출입	đưa ra vào lậu
밀수 근절	nhổ rễ buôn lậu
밀수출입	xuất nhập khẩu lậu

바지선 인도 가격	giá chuyển giao xà lan
바터(물물교환)	đổi chác hàng hóa
바터 거래	giao dịch đổi chác hàng hóa
바터 협약	hiệp ước đổi chác hàng hóa
박람회	hội chợ
· 공동 박람회	hội chợ công đồng
· 국립 박람회	hội chợ quốc lập
· 국제 박람회	hội chợ quốc tế
· 기업 박람회	hội chợ xí nghiệp
· 농업 박람회	hội chợ nông nghiệp
· 무역 산업 박람회	hội chợ công nghiệp mậu dịch
· 부문 박람회	hội chợ bộ phận
· 산업 박람회	hội chợ công nghiệp
· 심포지움 박람회	hội chợ hội thảo chuyên đề
· 전문 박람회	hội chợ chuyên môn
· 전시 판매 박람회	hội chợ bán trưng bày
· 판매 박람회	hội chợ bán
박람회 진열대	giá trưng bày hội chợ
박람회 견본	mẫu hội chợ
박람회 기획	dự án hội chợ
박람회 단지	khu hội chợ
박람회 설비	thiết bị hội chợ
박람회 위원회	ủy ban hội chợ
박람회 자산	tư sản hội chợ
박람회장	nơi hội chợ
박람회장 인도 가격	giá dẫn độ nơi hội chợ
박람회장 인도 　조건부 공급	cung cấp theo điều kiện dẫn độ 　　nơi hội chợ
박람회 전시	trưng bày hội chợ
박람회 전시관	quán trưng bày hội chợ
박람회 전시품	hàng trưng bày hội chợ
박람회 주최자	người chủ tọa hội chợ
박람회 참가 신청서	đơn xin tham gia hội chợ

박람회 팜플렛	tờ rơi hội chợ
박람회 화물	hàng hóa hội chợ
반송	gửi trả lại
반입	đưa vào
반입 금지	cấm đưa vào
반입 금지품	hàng cấm đưa vào
반입세	thuế đưa vào
반입지	khu đưa vào
반입항	cảng đưa vào
반입 허가	cho phép đưa vào
반출	đưa ra
반출 금지	cấm đưa ra
반출 금지품	hàng cấm đưa ra
반출세	thuế đưa ra
반출지	khu đưa ra
반출 허가	cho phép đưa ra
반환	hoàn lại
반환 청구	yêu cầu hoàn lại
발급	cấp cho
• 대금 지불 증명 발급	cấp cho chứng minh chi trả tiền
• 입출 증명 발급	cấp cho chứng minh xuất nhập
• 증명 발급	cấp cho chứng minh
• 표준 기술 증명 발급	cấp cho chứng minh kỹ thuật tiêu chuẩn
발기인 주식	cổ phần người khởi đầu
발기 제의	đề nghị khởi đầu
발명	phát minh
발명권	quyền phát minh
발명 신상품	hàng mới phát minh
발명 신청서	đơn xin phát minh
발명 우선권	quyền ưu tiên phát minh
발병 특허	đặc hứa phát minh
발명 특허자	người đặc hứa phát minh
발명품 유용성 검사	kiểm tra tính hữu dụng hàng phát minh

발송	gửi đi
발송지	nơi gửi đi
발송 통지	thông báo gửi đi
발송 통지서	thư thông báo gửi đi
발송항	cảng gửi đi
발송 회사	công ty gửi đi
발신인	người gửi đi
발주	đặt hàng
발주자	người đặt hàng
발행	phát hành
· 은행권 발행	phát hành quyền ngân hàng
· 주식 발행	phát hành cổ phần
· 채권 발행	phát hành trái phiếu
발행율	tỷ lệ phát hành
발행처	sở phát hành
방사능 오염	ô nhiễm tính năng phóng xạ
방안	phương án
방어	phòng ngự
배달	giao nạp
배분	phân phối
배상	bồi thường
배서	chứng thực ký hậu
· 공동 배서	chứng thực ký hậu công đồng
· 기명 배서	chứng thực ký hậu ký tên
· 백지 배서	chứng thực ký hậu giấy trắng
· 비순환 배서	chứng thực ký hậu không tuần hoàn
· 융통 배서	chứng thực ký hậu linh hoạt
· 제한 배서	chứng thực ký hậu giới hạn
배서 어음	hối phiếu chứng thực ký hậu
백지 수표	chi phiếu giấy trắng
백지 어음	hối phiếu giấy trắng
번역	biên dịch
벌과금	tiền phạt

바

벌과금 부과	đánh thuế tiền phạt
벌과금 비율	tỷ lệ tiền phạt
벌금	tiền phạt
범위	phạm vi
・광범위	quảng phạm vi
・상품 범위	phạm vi hàng
・수출품 범위	phạm vi hàng xuất khẩu
법규	pháp quy
법률	pháp luật
법률가	luật gia
법률 규정	quy định pháp luật
법률 자문	tư vấn pháp luật
법원	tòa án
법원 판결 파기	hủy bỏ phán quyết tòa án
법인	pháp nhân
법인 권리	quyền lợi pháp nhân
법적 권리	quyền lợi thuộc pháp
법적 양도 증서	chứng thư chuyển nhượng thuộc pháp
법적 지위	địa vị thuộc pháp
법정 소송	tố tụng pháp đình
법정 원고	nguyên cáo pháp đình
법정 피고	bị cáo pháp đình
벙커 용기 사용에 관한 약관	điều khoản về lợi dụng dụng cụ hố cát
벙커 인도 가격	giá dẫn độ hố cát
벼락 경기	tình hình kinh doanh nhanh chóng
변경	biến đổi
・계약 변경	biến đổi hợp đồng
・분류 변경	biến đổi phân loại
・신용장 변경	biến đổi thư tín dụng
・조건 변경	biến đổi điều kiện
・환율 변경	biến đổi tỷ giá
변동	biến động
변동율	tỷ lệ biến động

바

변동 환율	tỷ giá biến động
변상	bồi thường
변상 공급	cung cấp bồi thường
변제	bồi hoàn
변제 대부	cho vay bồi hoàn
변질	biến chất
변형	biến hình
변호사	luật sư
보고	báo cáo
보고서	bản báo cáo
보관	bảo quản
보관 검사	kiểm tra bảo quản
보관 문서	tài liệu bảo quản
보관소	nơi giữ đồ
보관자	người bảo quản
보관중 파손 화물	hàng hóa hư hại trong khi bảo quản
보관중	đang bảo quản
보관 증명서	giấy chứng minh bảo quản
보너스	tiền thưởng
보너스 할인	giảm giá tiền thưởng
보복 관세	thuế trả thù
보상	bồi thường
· 가격 보상	bồi thường giá cả
· 금전 보상	bồi thường tiền
· 물질 보상	bồi thường vật chất
· 보험 보상	bồi thường bảo hiểm
· 비용 보상	bồi thường chi phí
· 상품 보상	bồi thường hàng
· 손실 보상	bồi thường tổn thất
· 손해 보상	bồi thường tổn hại
· 신용 보상	bồi thường tín dụng
· 현물 보상	bồi thường hiện vật

보상금	tiền bồi thường
보상 거래	giao dịch bồi thường
보상 공동 협약	hiệp ước công đồng bồi thường
보상 관세	thuế bồi thường
보상 기관	cơ quan bồi thường
보상 비용	chi phí bồi thường
보상 융자	cho vay bồi thường
보상적 기반에서의 협력	hiệp lực trong cơ sở bồi thường
보상 조건부 계약	hợp đồng theo điều kiện bồi thường
보상 협약	hiệp ước bồi thường
보세 창고	thương khố
보세 창고 보관	bảo quản thương khố
보세 화물	hàng hóa dây đai
보수	tiền công
보유자	người sở hữu
보이코트	tẩy chay
보장	bảo đảm
보조금	tiền trợ cấp
보증	bảo lãnh
・계약 보증	bảo lãnh hợp đồng
・금전 보증	bảo lãnh tiền
・기업 보증	bảo lãnh xí nghiệp
・대출 보증	bảo lãnh cho vay
・무조건 보증	bảo lãnh vô điều kiện
・물적 보증	bảo lãnh thuộc vật chất
・보험 보증	bảo lãnh bảo hiểm
・보험 회사 보증	bảo lãnh công ty bảo hiểm
・부채 보증	bảo lãnh món nợ
・생산자 보증	bảo lãnh người sản xuất
・수출 보증	bảo lãnh xuất khẩu
・신용 보증	bảo lãnh tín dụng
・어음식 보증	bảo lãnh theo hối phiếu
・외국 은행 보증	bảo lãnh ngân hàng nước ngoài
・은행 보증	bảo lãnh ngân hàng

바

• 은행 보증식 보증	bảo lãnh theo bảo lãnh ngân hàng
• 이중 보증	bảo lãnh hai lần
• 재무 보증	bảo lãnh tài vụ
• 재생산 보증	bảo lãnh tái sản xuất
• 지급 보증	bảo lãnh chi cấp
• 채권식 보증	bảo lãnh theo trái khoán
• 채무 보증	bảo lãnh trái vụ
• 취소 불능 보증	bảo lãnh bất khả hủy bỏ
• 통화 보증	bảo lãnh tiền tệ
• 특허 보증	bảo lãnh đặc hứa
• 판매자 보증	bảo lãnh người bán
• 합작 회사 설립인 보증	bảo lãnh người thành lập hợp tác xã
• 현금 보증	bảo lãnh tiền mặt
보증 가격	**giá bảo lãnh**
보증금	**tiền bảo lãnh**
보증 기간 연장	**kéo dài thời hạn bảo lãnh**
보증 대부	**cho vay bảo lãnh**
보증서	**giấy bảo lãnh**
보증 서비스	**dịch vụ bảo lãnh**
보증 시험	**thử nghiệm bảo lãnh**
보증 은행	**ngân hàng bảo lãnh**
보증 의무	**nghĩa vụ bảo lãnh**
보증인	**người bảo lãnh**
보증 증명서	**giấy chứng minh bảo lãnh**
보증 지급	**chi cấp bảo lãnh**
보증 수표	**séc bảo lãnh**
보험	**bảo hiểm**
• 건설 보수 위험 보험	bảo hiểm nguy hiểm tu bổ xây dựng
• 공동 보험	bảo hiểm công đồng
• 국가 보험	bảo hiểm quốc gia
• 기술 위험 보험	bảo hiểm nguy hiểm kỹ thuật
• 미결제 위험 보험	bảo hiểm nguy hiểm không thanh toán
• 민사 책임 보험	bảo hiểm trách nhiệm dân sự
• 상실 이익 보험	bảo hiểm lợi ích mất mát

• 손해 보험	bảo hiểm thiệt hại
• 수출입 화물 보험	bảo hiểm hàng hóa xuất nhập khẩu
• 신용 보험	bảo hiểm tín dụng
• 운송 보험	bảo hiểm vận tải
• 운임 보험	bảo hiểm cước vận chuyển
• 위험 보험	bảo hiểm nguy hiểm
• 자발적 보험	bảo hiểm tự phát
• 재산 보험	bảo hiểm tài sản
• 책임 보험	bảo hiểm trách nhiệm
• 파손 보험	bảo hiểm đổ vỡ
• 해상 보험	bảo hiểm hàng hải
• 해손 보험	bảo hiểm tổn thất trên biển
• 화재 및 자연 재해 보험	bảo hiểm thiệt hại tự nhiên và hỏa hoạn
보험 가액	giá bảo hiểm
보험 가입 상품	hàng tham gia vào bảo hiểm
보험 거래소	nơi giao dịch bảo hiểm
보험 결제	thanh toán bảo hiểm
보험 계약	hợp đồng bảo hiểm
보험 계약자	người hợp đồng bảo hiểm
보험금	tiền bảo hiểm
보험 금액	số tiền bảo hiểm
보험 대리인	người đại diện bảo hiểm
보험 대리점	điểm đại lý bảo hiểm
보험료	tiền bảo hiểm
보험 보상	đền bù bảo hiểm
보험 보증	bảo đảm bảo hiểm
보험 불입	nộp tiền bảo hiểm
보험 비용	chi phí bảo hiểm
보험 서류	tài liệu bảo hiểm
보험 손실	tổn thất bảo hiểm
보험 업자	người kinh doanh bảo hiểm
보험 연장	kéo dài bảo hiểm
보험 위험	nguy hiểm bảo hiểm

바

보험 적립금	tiền tích lũy bảo hiểm
보험 조사인	người kiểm tra bảo hiểm
보험 중개인	người môi giới bảo hiểm
보험 증서	chứng thư bảo hiểm
・기한부 보험 증서	chứng thư bảo hiểm theo thời hạn
・연합 보험 증서	chứng thư bảo hiểm liên hợp
・예정 보험 증서	chứng thư bảo hiểm dự định
・일반 보험 증서	chứng thư bảo hiểm nói chung
・재보험 증서	chứng thư tái bảo hiểm
・총괄 보험 증서	chứng thư bảo hiểm tổng quát
・항해 보험 증서	chứng thư bảo hiểm hàng hải
・해상 보험 증서	chứng thư bảo hiểm trên biển
・혼합 보험 증서	chứng thư bảo hiểm hỗn hợp
보험 지급	chi trả bảo hiểm
보험 프리미엄	tiền phụ trội bảo hiểm
보험 한도	hạn độ bảo hiểm
보험 회사	công ty bảo hiểm
보험 회사 보증	bảo đảm công ty bảo hiểm
보호	bảo hộ
보호 관세	thuế quan bảo hộ
보호 무역 주의	chủ nghĩa mậu dịch bảo hộ
보호자	người bảo hộ
보호 정책	chính sách bảo hộ
복사	sao chép
복수 비자	thị thực số nhiều
복수 사증	thị thực số nhiều
복합 간행물	ấn phẩm xuất bản phức hợp
복합 기업군	những xí nghiệp phức hợp
복합 마케팅	tiếp thị phức hợp
복합 서비스	dịch vụ phức hợp
복합 수수료	tiền thù lao phức hợp
복합 업무 단지	khu nghiệp vụ phức hợp
복합 운송 대리점	điểm đại lý vận tải phức hợp

복합 운송 서비스	dịch vụ vận tải phức hợp
복합 운송 수수료	tiền thù lao vận tải phức hợp
복합 운송업자	người kinh doanh vận tải phức hợp
복합 운송 조직	tổ chức vận tải phức hợp
복합 운송 회사	công ty vận tải phức hợp
복합체	phức hợp thể
복합 통화에 관한 약관	điều khoản về tiền tệ phức hợp
본사	công ty mẹ
본선 인도 가격	giá dẫn độ tàu mẹ
본선 인도 조건부 공급	cung cấp theo điều kiện dẫn độ tàu mẹ
본선 적재 인도 가격	giá dẫn độ chất lên tàu mẹ
봉급	lương
봉쇄	phong tỏa
・경제 봉쇄	phong tỏa kinh tế
・무역 봉쇄	phong tỏa mậu dịch
・세관 봉쇄	phong tỏa thuế quan
・신용 봉쇄	phong tỏa tín dụng
부(部)	bộ
부가 가치	giá trị gia tăng
부가 가치세	thuế giá trị gia tăng
부계좌	tài khoản phụ
부과	đánh thuế
・관세 부과	đánh thuế quan
・벌과금 부과	đánh thuế tiền phạt
・세금 부과	đánh thuế
부과액	số tiền đánh thuế
부도 수표	chi phiếu phá sản
부도 어음	hối phiếu phá sản
부두 인도 가격	giá dẫn độ bến tàu
부록	phụ lục
부문 박람회	hội chợ bộ môn
부문별 관리국	cục quản lý theo bộ môn
부문 표준	tiêu chuẩn bộ môn

바

부분 승낙	cho phép bộ phận
부분적 공급	cung cấp theo bộ phận
부서	bộ phận
부속 문서	tài liệu phụ thuộc
부수	số bộ
부위원장	phó chủ tịch ủy ban
부이사	phó giám đốc
부적절 이행	thực hiện không thích hợp
부정기 항공	hàng không không định kỳ
부족	thiếu hụt
부족분의 추가 공급	cung cấp thêm phần thiếu hụt
부채	công nợ
・기업 부채	công nợ xí nghiệp
・기한 경과 부채	công nợ thời hạn trôi qua
・기한 초과 부채	công nợ vượt quá thời hạn
・누적 부채	công nợ tích lũy
・담보 부채	công nợ thế chấp
・무담보 부채	công nợ không thế chấp
・미상환 부채	công nợ chưa trả lại
・상환 부채	công nợ trả lại
・신용 부채	công nợ tín dụng
・원부채	nguyên công nợ
・은행 부채	công nợ ngân hàng
・채권자 부채	công nợ chủ nợ
・채무자 부채	công nợ con nợ
부채 변제	bồi hoàn công nợ
부채 보증	bảo đảm công nợ
부채 불입금	tiền góp công nợ
부채 상환	trả lại công nợ
부채 의무	nghĩa vụ công nợ
부채 항목	hạng mục công nợ
부패	hủ bại
부패성 화물	hàng hóa tính hủ bại
북미 자유 무역 협정	hiệp định mậu dịch tự do Bắc Mỹ

바

분류	phân loại
・국제 표준 무역 분류	phân loại mậu dịch tiêu chuẩn quốc tế
・상품 및 서비스 분류	phân loại dịch vụ và hàng
・특허 분류	phân loại đặc hứa
분류 변경	biến đổi phân loại
분산	phân tán
분석	phân tích
・경제성 분석	phân tích tính kinh tế
・수요 분석	phân tích nhu cầu
・수입 지출 분석	phân tích thu nhập chi trả
・시장 분석	phân tích thị trường
・재무 분석	phân tích tài vụ
분야별 시장	thị trường theo lĩnh vực
분쟁	phân tranh
・계약 분쟁	phân tranh hợp đồng
・대외 무역 분쟁	phân tranh mậu dịch đối ngoại
・무역 분쟁	phân tranh mậu dịch
・통화 분쟁	phân tranh tiền tệ
・특허 분쟁	phân tranh đặc hứa
분할 공급	cung cấp phân chia
분할 구매	mua phân chia
분할 불입	nộp tiền phân chia
분할 신용장	thư tín dụng phân chia
분할 지급	chi trả phân chia
분할 지불 계약	hợp đồng chi trả phân chia
분할 지불 신용장	thư tín dụng chi trả phân chia
분할 화물	hàng hóa phân chia
불가항력	bất khả kháng
불가항력에 관한 약관	điều khoản về bất khả kháng
불량 대부	cho vay bất lương
불매 운동	tẩy chay
불안정 통화	tiền tệ bất ổn định
불입금	tiền góp

바

• 기한 초과 불입	trả tiền vượt quá thời hạn
• 보험 불입	trả tiền bảo hiểm
• 부채 불입금	tiền góp công nợ
• 분할 불입	nộp tiền phân chia
• 설립 자본 불입금	tiền góp vốn thành lập
• 소유분 불입	nộp tiền phần sở hữu
• 예산 불입금	tiền góp ngân sách
• 의무 불입	trả tiền nghĩa vụ
• 일괄 불입	trả tiền đồng loạt
• 총액 불입	trả tiền tổng số tiền
• 할당 불입	trả tiền phân bố
• 해손 부담 불입금	tiền góp chịu đựng tổn thất
• 현금 불입	trả tiền mặt
불합격 품질	phẩm chất thị trượt
불환 통화	tiền tệ không đổi
불황	đình trệ
불황하의 물가고	giá hàng cao trong đình trệ
붐	bùng nổ
브랜드 상품	hàng nhãn hiệu
브로커	người môi giới
블록	khối
비경쟁 상품	hàng không cạnh tranh
비공개 경쟁	cạnh tranh không công khai
비공개 협상	thương lượng không công khai
비공식 거래소	nơi giao dịch không chính thức
비과세 지급	chi trả không đánh thuế
비관세 제한	giới hạn không thuế quan
비교 가격	giá so sánh
비교표	bảng so sánh
비금지 관세	thuế quan không cấm
비닐 봉지	bao giấy ni lông
비동일 가치 교환	trao đổi giá trị không giống nhau
비반송에 관한 약관	điều khoản về không gửi trả lại
비반송 포장	bao bì không gửi trả lại

비상사태	tình trạng khẩn cấp
비상업성 지급	chi trả không thương mại
비상업 활동	hoạt động không thương mại
비상환 부채	công nợ không trả lại
비상환 자금 조달	cung cấp tiền vốn không trả lại
비생산적 비용	chi phí không sản xuất
비용	kinh phí
· 간접 비용	kinh phí gián tiếp
· 감가상각 비용	chi phí khấu hao
· 견적 비용	chi phí ước lượng
· 금융 비용	chi phí tài chính
· 기반 시설 비용	chi phí thiết bị cơ sở
· 기타 비용	chi phí ngoài ra
· 대표 사무소 비용	chi phí văn phòng đại diện
· 도로 건설 비용	chi phí mở đường
· 마케팅 비용	chi phí tiếp thị
· 무역 비용	chi phí mậu dịch
· 미예상 비용	chi phí chưa dự đoán
· 보상 비용	chi phí bồi thường
· 보험 비용	chi phí bảo hiểm
· 비생산적 비용	chi phí không sản xuất
· 사고 비용	chi phí sự cố
· 생산 발전 비용	chi phí phát triển sản xuất
· 생산 비용	chi phí sản xuất
· 생태 균형 복구를 위한 비용	chi phí để khôi phục cân bằng sinh thái
· 선적 비용	chi phí bốc hàng lên
· 설비 임대 비용	chi phí thuê thiết bị
· 소송 비용	chi phí tố tụng
· 수수료 비용	chi phí tiền thù lao
· 실제 비용	chi phí thực tế
· 예산 비용	chi phí ngân sách
· 외환 비용	chi phí ngoại tệ
· 운송 비용	chi phí vận tải
· 운송중 보관 비용	chi phí bảo quản trong vận tải

- 은행 비용　　　　　　　chi phí ngân hàng
- 자본 비용　　　　　　　chi phí tiền vốn
- 자재 비용　　　　　　　chi phí vật tư
- 잠재 비용　　　　　　　chi phí tiềm tàng
- 잡비용　　　　　　　　tạp phí
- 재생산 비용　　　　　　chi phí tái sản xuất
- 재포장 비용　　　　　　chi phí đóng gói lại
- 재화 비용　　　　　　　chi phí bốc lên hàng
- 중재 비용　　　　　　　chi phí môi giới
- 지역 기술 설비 비용　　chi phí thiết bị kỹ thuật khu vực
- 지출 비용　　　　　　　chi phí chi trả
- 직접 비용　　　　　　　chi phí trực tiếp
- 출장 비용　　　　　　　chi phí công tác
- 통화 비용　　　　　　　chi phí tiền tệ
- 특별 비용　　　　　　　chi phí đặc biệt
- 판매 비용　　　　　　　chi phí bán
- 포장 비용　　　　　　　chi phí đóng gói
- 하역 비용　　　　　　　chi phí bốc dỡ hàng
- 해손 비용　　　　　　　chi phí tổn thất hàng hải
- 현금 비용　　　　　　　chi phí tiền mặt
- 현재 비용　　　　　　　chi phí hiện tại
- 환적 비용　　　　　　　chi phí bốc lên đổi

비용 견적　　　　　　ước lượng chi phí
비용 계산　　　　　　kế toán chi phí
비용 계산서　　　　　hóa đơn chi phí
비용 계정　　　　　　tài khoản chi phí
비용 보상　　　　　　bồi thường chi phí
비용 분담　　　　　　phân công chi phí
비용 지출　　　　　　chi trả chi phí
비용 채산성　　　　　tính thanh toán chi phí
비용 통지서　　　　　giấy thông báo chi phí
비용 한계　　　　　　giới hạn chi phí
비용 항목　　　　　　hạng mục chi phí
비용 회수성　　　　　tính thu lại chi phí

비유동 자금	vốn không lưu động
비율	tỷ lệ
비자	thị thực
· 관광 비자	thị thực tham quan
· 복수 비자	thị thực số nhiều
· 영구 비자	thị thực vĩnh cửu
· 일반 비자	thị thực thường
· 입국 비자	thị thực nhập cảnh
· 출국 비자	thị thực xuất cảnh
· 통과 비자	thị thực thông qua
비전용	không chuyên dụng
비즈니스	việc kinh doanh
비즈니스맨	người kinh doanh
비즈니스 실무	việc làm thực tế kinh doanh
비축	dự trữ
비축 물자	vật tư dự trữ
비축 상품	hàng dự trữ
비축 원자재	nguyên vật tư dự trữ
비치외법권 지역	khu vực không đặc quyền ngoại giao
비특례 허가	cho phép không ngoại lệ
비포장 화물	hàng hóa không đóng gói
비현금 지급	chi trả không tiền mặt
비횡선 수표	séc không hàng ngang

사

사

사

사

사

사

사고	sự cố
사고 비용	chi phí sự cố
사고 조서	biên bản sự cố
사례금	tiền công
사립 은행	ngân hàng tư lập
사본	bản sao
사업	sự nghiệp
사업가	nhà doanh nghiệp
사업적 관심	quan tâm doanh nghiệp
사용	sử dụng
사용 및 수리지침	chỉ bảo sửa chữa và sử dụng
사용권	quyền sử dụng
사용료	tiền sử dụng
• 운하 사용료	tiền sử dụng kênh đào
• 창고 사용료	tiền sử dụng kho
• 특허 사용료	tiền sử dụng đặc hứa
• 항만 사용료	tiền sử dụng bến cảng
• 휘장 사용료	tiền sử dụng rèm cửa
사용 설명서	bản giải thích sử dụng
사용자	người sử dụng
사용 정지	đình chỉ sử dụng
사이즈	kích cỡ
사전 공급	cung cấp trước
사전 선적	bốc hàng lên trước
사전 승낙	cho phép trước
사전 이용권	phiếu sử dụng trước
사전 인수 조서	biên bản tiếp nhận trước
사전 인수 추심	lấy lại tiếp nhận trước
사증	thị thực
• 관광 사증	thị thực tham quan
• 복수 사증	thị thực số nhiều
• 영구 사증	thị thực vĩnh cửu
• 일반 사증	thị thực thường

・입국 사증	thị thực nhập cảnh
・출국 사증	thị thực xuất cảnh
・통과 사증	thị thực thông qua
사증 발급	cấp phát thị thực
사증 심사	kiểm tra thị thực
사회 기반 시설	thiết bị cơ sở xã hội
사후 승낙	cho phép về sau
산업	công nghiệp
산업 견본	mẫu công nghiệp
산업 기준	tiêu chuẩn công nghiệp
산업 박람회	hội chợ công nghiệp
산업 연맹	liên minh công nghiệp
산업의 과학기술 발전 심화	làm tăng thêm phát triển kỹ thuật khoa học công nghiệp
산업 재산권	quyền tài sản công nghiệp
산업 합리화	hợp lý hóa công nghiệp
산입	kể cả
상고	chống án
상공회의소	thương hội
상급 법원	tòa án cấp trên
상무 협상	thảo hiệp thương vụ
상법	thương pháp
상사 중재	trọng tài hãng
상사 중재원	người trọng tài hãng
상소	thượng tố
상승	tăng lên
상승 비용	chi phí tăng lên
상시 출품자	người triển lãm thời gian thông thường
상업 거래	giao dịch thương mại
상업 광고	quảng cáo thương mại
상업 기밀	bí mật thương mại
상업 대리인	người đại diện thương mại
상업 목적 교환	trao đổi mục đích thương mại

상업 서류 인수	tiếp nhận tài liệu thương mại
상업성	tính thương mại
상업 센터	trung tâm thương mại
상업 송장	giấy vận chuyển thương mại
상업 신용장	thư tín dụng thương mại
상업 어음	hối phiếu thương mại
상업 오퍼	đơn xin bán hàng
상업 융자	cho vay thương mại
상업 은행	ngân hàng thương mại
상업 이벤트	tổ chức chương trình thương mại
상업 전문가	nhà chuyên môn thương mại
상업 증서	chứng từ thương mại
상업 품질	chất lượng thương mại
상업 할인	hạ giá thương mại
상업화	thương mại hóa
상업 활동	hoạt động thương mại
상업회사	công ty thương mại
상여금	tiền thưởng
상여 적립금	tiền tích lũy thưởng
상인	người buôn bán
상임 임원	thành viên thường trực
상장	việc đăng ký
상표	nhãn hiệu
상표 등록	đăng ký nhãn hiệu
상표 등록 신청서	đơn xin đăng ký nhãn hiệu
상품	hàng
・거래 상품	hàng giao dịch
・경쟁 상품	hàng cạnh tranh
・고유 상품	hàng riêng
・공식 상품	hàng chính thức,
・기관매 상품	hàng đã bán
・러시아 연방으로 임시 반입된 상품	hàng đưa vào tạm liên bang Nga

• 러시아 연방으로부터 임시 반출된 상품	hàng đưa ra tạm từ liên bang Nga
• 미판매 상품	hàng chưa bán
• 보험 가입 상품	hàng gia nhập bảo hiểm
• 브랜드 상품	hàng thương hiệu
• 비경쟁 상품	hàng không cạnh tranh
• 수입 상품	hàng nhập khẩu
• 수출 상품	hàng xuất khẩu
• 외국 생산품	hàng sản xuất ngoại quốc
• 외국 원산지 상품	hàng nơi sản xuất ngoại quốc
• 위탁 판매 상품	hàng bán ủy thác
• 재수출 상품	hàng tái xuất khẩu
상품 및 서비스 분류	phân loại dịch vụ và hàng
상품 및 서비스 가격	giá dịch vụ và hàng
상품 및 서비스 경쟁력	sức cạnh tranh dịch vụ và hàng
상품 및 서비스 수출	xuất khẩu dịch vụ và hàng
상품 운송중 보관	bảo quản trong vận tải hàng,
상품 자재 담보 대출	cho vay thế chấp vật tư hàng
상품 가격 인상	tăng giá hàng
상품 가격표	bảng giá hàng
상품 거래소	nơi giao dịch hàng
상품 견본 목록	mục lục mẫu hàng
상품 경매	bán đấu giá hàng
상품 경제	kinh tế hàng
상품 공급 계약	hợp đồng cung cấp hàng
상품 관리 서류	tài liệu quản lý hàng
상품 관리자	người quản lý hàng
상품 광고	quảng cáo hàng
상품 교환	trao đổi hàng
상품 납입	nộp vào hàng
상품 단위	đơn vị hàng
상품 담보 대출	cho vay thế chấp hàng
상품 담보 융자	cấp vốn thế chấp hàng
상품 덤핑	bán hạ giá hàng

상품명	tên hàng
상품 명세서	bản kê khai hàng
상품 반송	gửi trả lại hàng
상품 발표	phát biểu hàng
상품 범위	phạm vi hàng
상품 보상	bồi thường hàng
상품 생산자	người sản xuất hàng
상품 생산지	khu sản xuất hàng
상품 선적 준비	chuẩn bị bốc lên hàng
상품 선적 준비 완료 통지	thông báo làm xong chuẩn bị bốc lên hàng
상품 소개	giới thiệu hàng
상품 수량 부족	thiếu số lượng hàng
상품 수령인	người nhận hàng
상품 수요	nhu cầu hàng
상품 수출	xuất khẩu hàng
상품 시장	thị trường hàng
상품 어음	hối phiếu hàng
상품 업무	nghiệp vụ hàng
상품 여분	phần còn lại hàng
상품 원산지	khu sản xuất hàng
상품 원산지 증명서	giấy chứng ninh khu sản xuất hàng
상품 유통	lưu thông hàng
상품유통을 수반하지 않는 세금	thuế không mang lưu thông hàng
상품유통 조서	biên bản lưu thông hàng
상품 유형	hữu hình hàng
상품 융자	cấp vốn hàng
상품 인수 준비	chuẩn bị nhận hàng
상품 자재 가치	giá trị vật tư hàng
상품 자재 재고	tồn kho vật tư hàng
상품 재고	tồn kho hàng
상품 전문 용어	từ vựng chuyên môn hàng

상품 전시	trưng bày hàng
상품 주문	đặt hàng
상품 중재	trọng tài hàng
상품 진열	bày hàng
상품 출시	xuất phẩm hàng
상품 품목	danh mục hàng
상품 품종	loại hàng
상호 결제	thanh toán lẫn nhau
상호 결제 잔고	tồn kho thanh toán lẫn nhau
상호 공급	cung cấp lẫn nhau
상호 공급 계약	hợp đồng cung cấp lẫn nhau
상호 공급량	số lượng cung cấp lẫn nhau
상호 공급 제품	chế phẩm cung cấp lẫn nhau
상호 교환	trao đổi lẫn nhau
상호 대출	cho vay lẫn nhau
상호 의무	nghĩa vụ lẫn nhau
상호 이익	ích lợi lẫn nhau
상호 이익 관계	quan hệ ích lợi lẫn nhau
상호 이익적 협력	hiệp lực theo ích lợi lẫn nhau
상호 필요 물품 교환	trao đổi đồ vật cần lẫn nhau
상호 허가	cho phép lẫn nhau
상환	hoàn lại
• 대부 상환	hoàn lại cho vay
• 대출 상환	hoàn lại cho thuê
• 부채 상환	hoàn lại món nợ
상환 부채	món nợ hoàn lại
상환 융자	cấp vốn hoàn lại
상환 적립금	tiền tích lũy hoàn lại
상환 청구권	quyền thỉnh cầu hoàn lại
색인	bảng liệt kê
샘플	hàng mẫu
생산	sản xuất
• 국내 생산	sản xuất quốc nội

· 미완 생산	sản xuất không hoàn thành
· 수입 대체 생산	sản xuất thay thế nhập khẩu
· 수출 생산	sản xuất xuất khẩu
· 연속 생산	sản xuất liên tục
· 외국 생산	sản xuất ngoại quốc
· 합작 생산	sản xuất hợp tác
· 협동 생산	sản xuất hiệp đồng
· 흑자 생산	sản xuất lời lãi
생산 공장	nhà máy sản xuất
생산 관계	quan hệ sản xuất
생산 기금	quỹ sản xuất
생산량	số lượng sản xuất
생산 발전 비용	chi phí phát triển sản xuất
생산 비용	chi phí sản xuất
생산 비용 견적	ước lượng chi phí sản xuất
생산 사회 기반 시설	thiết bị cơ sở xã hội sản xuất
생산성	tính sản xuất
생산 연맹	liên minh sản xuất
생산자	người sản xuất
생산자 보증	bảo đảm người sản xuất
생산 지원	chi viện sản xuất
생산 전문화	chuyên môn hóa sản xuất
생산 전문화 및 협력에 관한 협약	hiệp ước về hiệp lực và chuyên môn hóa sản xuất
생산지	khu sản xuất
생산 진흥 기금	quỹ chấn hưng sản xuất
생산품	hàng sản xuất
생산 현대화	hiện đại hóa sản xuất
생산 협동조합	hợp tác xã sản xuất
생산 협력	hiệp lực sản xuất
생산 협력 계약	hợp đồng hiệp lực sản xuất
생산 협력에 관한 협약	hiệp ước về hiệp lực sản xuất
생산 환경 검사	kiểm tra môi trường sản xuất

생태 균형 복구를 위한 비용	chi phí để hồi phục cân bằng sinh thái
생태 표준	tiêu chuẩn sinh thái
서류	tài liệu
• 결제 서류	tài liệu thanh toán
• 공증 서류	tài liệu công chứng
• 대금 지불 서류	tài liệu chi trả tiền
• 보험 서류	tài liệu bảo hiểm
• 부속 서류	tài liệu phụ thuộc
• 상품 관리 서류	tài liệu quản lý hàng
• 선적 서류	tài liệu bốc lên hàng
• 설립 서류	tài liệu thành lập
• 세관 서류	tài liệu thuế quan
• 운송 서류	tài liệu vận tải
• 유통 서류	tài liệu lưu thông
• 창고 서류	tài liệu kho
• 표준 공증 서류	tài liệu công chứng tiêu chuẩn
• 표준 기술 서류	tài liệu kỹ thuật tiêu chuẩn
• 화물 서류	tài liệu hàng hóa
• 회계 서류	tài liệu kế toán
서류 감사	thanh tra tài liệu
서류 상환부 승낙	cho phép theo hoàn lại tài liệu
서류 완비	toàn bị tài liệu
서류 완비도	toàn bị độ tài liệu
서류 요건	điều kiện cần tài liệu
서류 원본	nguyên bản tài liệu
서류 유효 기간 경과	quá trình thời hạn hữu hiệu tài liệu
서류 작성	làm tài liệu
• 견적서 작성	làm bảng tiên lượng
• 결산서 작성	làm thư quyết toán
• 기술 증명 서류 작성	làm tài liệu chứng minh kỹ thuật
• 명세서 작성	làm bản kê khai
• 설계 문서 작성	làm tài liệu thiết kế
• 예산 견적 서류 작성	làm tài liệu ước lượng ngân sách
• 운송 서류 작성	làm tài liệu vận tải
• 입찰 서류 작성	làm tài liệu đấu thầu

서류 증명	chứng minh tài liệu
서류철	quyển tài liệu
서류 추심	lấy lại tài liệu
서류 추심식 결제	thanh toán theo lấy lại tài liệu
서명 견본	mẫu ký tên
서명권	quyền ký tên
서식 용지	giấy viết mẫu
서신	lá thư
서비스	dịch vụ
・관광 서비스	dịch vụ tham quan
・광고 서비스	dịch vụ quảng cáo
・기술 수출 서비스	dịch vụ xuất khẩu kỹ thuật
・대리점 서비스	dịch vụ điểm đại lý
・마케팅 서비스	dịch vụ tiếp thị
・무상 서비스	dịch vụ miễn phí
・보증 서비스	dịch vụ bảo đảm
・복합 운송 서비스	dịch vụ vận tải phức hợp
・선적 하역 서비스	dịch vụ bốc dỡ bốc lên
・수송 서비스	dịch vụ vận tải
・에프터 서비스	dịch vụ hậu mãi
・엔지니어링 서비스	dịch vụ kỹ sư
・유상 서비스	dịch vụ bồi thường
・은행 서비스	dịch vụ ngân hàng
・의료 서비스	dịch vụ y tế
・임대 서비스	dịch vụ cho vay
・정기 점검 서비스	dịch vụ kiểm điểm định kỳ
・정보 서비스	dịch vụ tình báo
・중개 서비스	dịch vụ môi giới
・컨설팅 서비스	dịch vụ tư vấn
・판매전 서비스	dịch vụ trước bán hàng
・판매후 서비스	dịch vụ sau bàn hàng
・현금 서비스	dịch vụ tiền mặt
서비스 계약	hợp đồng dịch vụ
서비스 기간	thời hạn dịch vụ

사

서비스 범위	phạm vi dịch vụ
서비스 센터	trung tâm dịch vụ
서비스 전문 용어	từ vựng chuyên môn dịch vụ
서비스 제공 대출	cho vay cung cấp dịch vụ
석유 수출국 기구	tổ chức nước xuất khẩu dầu
선금	tiền ứng trước
선급	trả trước
선급 계정	tài khoản trả trước
선급금 지급	chi trả tiền trả trước
선급 어음	hối phiếu trả trước
선물 계약	hợp đồng đưa cho hàng
선박	tàu
선박 검사관 증서	chứng thư viên kiểm tra tàu
선박 도착 통지	thông báo tàu đến
선막 위치	vị trí tàu
선박 입항 예정 통보	thông báo dự định tàu vào cảng
선박 중개인	người môi giới tàu
선박 하역	cất hàng tàu
선별	phân loại
선별 검사	kiểm tra phân loại
선불	trả trước
선불식 결제	thanh toán theo trả trước
선의적 사용자	người sử dụng theo thiện ý
선임 시장	thị trưởng thâm niên
선임 우대	ưu đãi thâm niên
선임율	tỷ lệ thâm niên
선임 증서	chứng từ thâm niên
선장 신고	khai báo thuyền trưởng
선장 인수증	thu đơn thuyền trưởng
선장 지시서	thư chỉ thị thuyền trưởng
선장 항의서	tờ phản kháng thuyền trưởng
선적	chất hàng
선적 기간	thời hạn chất hàng

선적 명세서	bản kê khai chất hàng
선적 비용	chi phí chất hàng
선적 서류	tài liệu chất hàng
선적 선하증권	chứng khoán hàng hóa chất hàng
선적 수취 선하증권	chứng khoán hàng hóa nhận chất hàng
선적 순서	thứ tự chất hàng
선적 시간	thời gian chất hàng
선적 요건	điều kiện chất hàng
선적 의뢰	nhờ và chất hàng
선적 일정	nhật trình chất hàng
선적 전중량	toàn trọng lượng chất hàng
선적 조건	điều kiện chất hàng
선적 준비 완료 통지	thông báo xong chuẩn bị chất hàng
선적 중량	trọng lượng chất hàng
선적지	nơi chất hàng
선적 지시서	thư chỉ thị chất hàng
선적 통지	thông báo chất hàng
선적 통지서	thư thông báo chất hàng
선적 하역 서비스	dịch vụ dở hàng bốc lên hàng
선적 하역 업무	nghiệp vụ dở hàng bốc lên hàng
선적항	cảng chất hàng
선적후 중량	trọng lượng sau chất hàng
선주	chủ tàu
선주측 대리인	người đại diện bên chủ tàu
선주측 중개인	người môi giới bên chủ tàu
선진 7개국	bảy nước tiên tiến
선착장	bến phà
선측 인도 가격	giá dẫn độ bên tàu
선택 사양	giữ ý chọn lọc
선하 증권	chứng khoán hàng hóa
무사고 선하증권	chứng khoán hàng hóa vô tai nạn
선적 선하증권	chứng khoán hàng hóa chất hàng

선적 수취 선하증권	chứng khoán hàng hóa nhận chất hàng
• 운송 선하증권	chứng khoán hàng hóa vận tải
• 유통 불능 선하증권	chứng khoán hàng hóa bất năng lưu thông
• 조건부 선하증권	chứng khoán hàng hóa theo điều kiện
• 지시식 선하증권	chứng khoán theo chỉ thị
• 직접 선하증권	chứng khoán hàng hóa trực tiếp
• 창고 수취 선하증권	chứng khoán hàng hóa nhận kho
• 통과 선하증권	chứng khoán hàng hóa thông qua
• 하운 선하증권	chứng khoán hàng hóa hà vận
선하증권 견적	ước lượng chứng khoán hàng hóa
선하증권 중량	trọng lượng chứng khoán hàng hóa
선하증권 표시	biểu thị chứng khoán hàng hóa
설계 건축 업무	nghiệp vụ kiến trúc thiết kế
설계 문서 작성	làm tài liệu thiết kế
설계 비용 견적	ước lượng chi phí thiết kế
설계자	người thiết kế
설계 조사 업무	nghiệp vụ điều tra thiết kế
설립	thành lập
설립 서류	tài liệu thành lập
설립자	người thành lập
설립 자본	tiền vốn thành lập
설립 자본 불입금	tiền góp tiền vốn thành lập
설립 파트너	đối tác thành lập
설명서	bản thuyết minh
설문서	tờ câu hỏi
설비	thiết bị
• 박람회 설비	thiết bị hội chợ
• 수입 설비	thiết bị thu nhập
• 신용 구매 설비	thiết bị mua tín dụng
• 일괄 설비	thiết bị đồng loạt
• 종합 설비	thiết bị tổng hợp
설비 가동 준비	chuẩn bị khởi động thiết bị
설비 교체	thay đổi thiết bị
설비 시험 준비 완료 통지	thông báo chuẩn bị xong thử thiết bị

설비 완비도	mức độ toàn bị thiết bị
설비 임대 비용	chi phí thuê thiết bị
설비 준비 과정 검사	kiểm tra quá trình chuẩn bị thiết bị
설탕 거래소	nơi giao dịch đường
성(省)	tỉnh
세계 경제	kinh tế thế giới
세계 경제 관계	quan hệ kinh tế thế giới
세계 무역	mậu dịch thế giới
세계 무역 기구	tổ chức mậu dịch thế giới
세계 보건 기구	tổ chức y tế thế giới
세계 시장	thị trường thế giới
세계 협약	hiệp ước thế giới
세관	thuế quan
세관 검사	kiểm tra thuế quan
세관 검사인	người kiểm tra thuế quan
세관 검사 증서	chứng từ kiểm tra thuế quan
세관 관리국	cục quản lý thuế quan
세관 규정	quy định thuế quan
세관 봉쇄	phong tỏa thuế quan
세관 서류	tài liệu thuế quan
세관 수령증	biên nhận thuế quan
세관 수속	thủ tục thuế quan
세관 수수료	tiền thù lao thuế quan
세관 신고	kê khai thuế quan
세관 심사	thẩm tra thuế quan
세관 증서	chứng từ thuế quan
세관 창고	kho thuế quan
세관 통관 절차	thứ tự thông quan thuế quan
세관 허가	cho phép thuế quan
세관 화물 증권	chứng khoán hàng hóa thuế quan
세관 화물 통과	thông qua hàng hóa thuế quan
세금	thuế
・간접세	thuế gián thu

- 계절세   thuế mùa
- 관세   thuế quan
- 국세   thuế nước
- 등록세   thuế đăng ký
- 매입세   thuế mua
- 부가 가치세   thuế giá trị gia tăng
- 상품 유통을 수반하지 않는 세금   thuế không kèm theo lưu thông hàng
- 소득세   thuế thu nhập
- 소비세   thuế tiêu dùng
- 수입세   thuế nhập khẩu
- 수출세   thuế xuất khẩu
- 이윤세   thuế lợi nhuận
- 자산세   thuế tư sản
- 종가세   thuế theo giá hàng
- 종량세   thuế theo số lượng
- 지방세   thuế địa phương
- 직접세   thuế chánh
- 초과 이윤세   thuế siêu lợi nhuận
- 추징세   thuế truy thu
- 통화세   thuế tiền tệ
- 특허세   thuế đặc hứa
- 판매세   thuế bán hàng
- 항만세   thuế hải cảng
- 허가세   thuế cho phép
- 현물세   thuế hiện vật

세금 계산   kế toán thuế
세금 공제   khấu trừ thuế
세금 면제   miễn thuế
세금 미납   chưa nộp thuế
세금 부과   đánh thuế
세금 신고   kê khai thuế
세금 인하   hạ giá thuế
세금 징수   thu thuế
세금 차액   khoản chênh lệch thuế

세금 환급	hoàn trả thuế
세무 조사인	người điều tra thuế vụ
세율	tỷ lệ thuế
센터	trung tâm
・국제 무역 센터	trung tâm mậu dịch quốc tế
・금융 결제 센터	trung tâm thanh toán tài chính
・무역 센터	trung tâm mậu dịch
・상업 센터	trung tâm thương mại
・위탁 판매 센터	trung tâm bán ủy thác
・컨설팅 센터	trung tâm tư vấn
소개 견본	mẫu giới thiệu
소개서	giấy tờ giới thiệu
소규모 연안 항해	hàng hải ven biển tiểu quy mô
소규모 사업	sự nghiệp tiểu quy mô
소득	lợi tức
・고정 소득	lợi tức cố định
・과세 소득	lợi tức đánh thuế
・국민 소득	lợi tức quốc dân
・금전 소득	lợi tức tiền bạc
・기업 소득	lợi tức xí nghiệp
・독립 채산 소득	lợi tức thanh toán độc lập
・명목 소득	lợi tức danh mục
・순소득	lợi tức thuần
・실질 소득	lợi tức thực tế
・연간 소득	lợi tức hàng năm
・외화 소득	lợi tức ngoại hối
・이자 소득	lợi tức lãi
・임대 소득	lợi tức cho thuê
・총소득	tổng lợi tức
・판매 소득	lợi tức bán
・표준 소득	lợi tức tiêu chuẩn
소득세	thuế thu nhập
소매	bán lẻ
소매 가격	giá bán lẻ

소매 가격 인상	tăng giá bán lẻ
소매 구매	mua lẻ
소매 무역	mậu dịch lẻ
소모	tiêu hao
소비	tiêu dùng
소비세	thuế tiêu dùng
소비자	người tiêu dùng
소비 절약	tiết kiệm tiêu dùng
소비 협동조합	hợp tác xã tiêu dùng
소송	tố tụng
• 대응 소송	tố tụng đối phó
• 물적 소송	tố tụng vật chất
• 법정 소송	tố tụng pháp đình
• 손실 청구 소송	tố tụng thỉnh cầu tổn thất
• 특허 소송	tố tụng đặc hứa
소송 금액	tiền tố tụng
소송 비용	chi phí tố tụng
소유	sở hữu
소유권	quyền sở hữu
소유분 불입	nộp tiền phần sở hữu
소유자	người sở hữu
소인	con dấu bưu điện
소지인	người sở hữu
손상	tổn thương
손실	tổn thất
• 간접 손실	tổn thất gián tiếp
• 금융 손실	tổn thất tài chính
• 금전 손실	tổn thất tiền bạc
• 기대 손실	tổn thất mong đợi
• 물자 손실	tổn thất vật tư
• 물적 손실	tổn thất vật chất
• 보험 손실	tổn thất bảo hiểm
• 통화 손실	tổn thất tiền tệ
• 해손 손실	tổn thất trên biển

・환율 손실	tổn thất tỷ giá hối đoái
손실 변제	hoàn lại tổn thất
손실 보상	bồi thường tổn thất
손실 청구	yêu cầu tổn thất
손실 청구 소송	tố tụng yêu cầu tổn thất
손해	thiệt hại
손해 보상	bồi thường thiệt hại
손해 보험	bảo hiểm thiệt hại
송금	gửi tiền
송금율	tỷ lệ gửi tiền
송금 수령인	người nhận tiền
송금 은행	ngân hàng gửi tiền
송금 의뢰	nhờ cậy gửi tiền
송금인	người gửi tiền
송금 통지서	bản thông báo gửi tiền
송금 통화	tiền tệ gửi tiền
송달	chuyển hàng
송부	gửi hàng
송장	giấy vận chuyển
・육상 화물 송장	giấy vận chuyển hàng hóa trên đường
・철도 화물 송장	giấy vận chuyển hàng hóa đường sắt
・통과 화물 송장	giấy vận chuyển hàng hóa thông qua
・하운 송장	giấy vận chuyển hải vận
・항공 화물 송장	giấy vận chuyển hàng hóa hàng không
・화물 송장	giấy vận chuyển hàng hóa
송장 가격	giá giấy vận chuyển
송장 명세서	bản kê khai giấy vận chuyển
송장 중량	trọng lượng giấy vận chuyển
송하인	người gửi hàng
송하인명	tên người gửi hàng
송하인 신고	kê khai người gửi hàng
송하인 지정 하역항	cảng xuống hàng chỉ định người gửi hàng

사

송하인 창고	kho người gửi hàng
쇄신	sửa đổi
수공업	ngành thủ công
수단	thủ đoạn
・결제 수단	thủ đoạn thanh toán
・운송 수단	thủ đoạn vận chuyển
수량	số lượng
수량 검사	kiểm tra số lượng
수량 클레임	yêu cầu bồi thường số lượng
수령	nhận lấy
수령 위임장	ủy nhiệm thư nhận lấy
수령인	người nhận
・금전 수령인	người nhận tiền
・대출 수령인	người nhận cho thuê
・상품 수령인	người nhận hàng
・송금 수령인	người nhận tiền gửi
・지급 수령인	người nhận chi trả
・최종 수령인	người nhận cuối cùng
・허가 수령인	người nhận cho phép
・화물 수령인	người nhận hàng hóa
수령증	biên nhận
・예금 수령증	biên nhận tiền gửi
・우편 수령증	biên nhận bưu điện
・창고 수령증	biên nhận kho
・철도 수령증	biên nhận đường sắt
・현금 수령증	biên nhận tiền mặt
・화물 수령증	biên nhận hàng hóa
수령증서	biên nhận
수리	sửa
수선	sửa chữa
수송	vận chuyển
수송 서비스	dịch vụ vận chuyển
수송 업무	nghiệp vụ vận chuyển

수수료	**tiền thù lao**
· 감사 수수료	tiền thù lao thanh tra
· 감정 수수료	tiền thù lao giám định
· 감정 평가 수수료	tiền thù lao đánh giá giám định
· 검사 수수료	tiền thù lao kiểm tra
· 대리점 수수료	tiền thù lao điểm đại lý
· 대외 무역 중재 수수료	tiền thù lao trọng tài mậu dịch đối ngoại
· 대출 이행 수수료	tiền thù lao thực hiện cho thuê
· 등록 수수료	tiền thù lao đăng ký
· 복합 수수료	tiền thù lao phức hợp
· 복합 운송 수수료	tiền thù lao vận chuyển phức hợp
· 세관 수수료	tiền thù lao thuế quan
· 영사 수수료	tiền thù lao lãnh sự
· 은행 수수료	tiền thù lao ngân hàng
· 이행 수수료	tiền thù lao thực hiện
· 인수 수수료	tiền thù lao nhận
· 중개 수수료	tiền thù lao môi giới
· 중재 수수료	tiền thù lao trọng tài
· 증명 수수료	tiền thù lao chứng minh
· 책임 보상 수수료	tiền thù lao bồi thường trách nhiệm
· 청산 수수료	tiền thù lao thanh toán
· 추심 수수료	tiền thù lao lấy lại
· 허가 수수료	tiền thù lao cho phép
수수료 공제금	**tiền khấu trừ thù lao**
수수료 비용	**chi phí thù lao**
수수료 비율	**tỷ lệ thù lao**
수신인	**người nhận thư tín**
수신인 기명 화물	**hàng hóa ký tên người nhận thư tín**
수요	**nhu cầu**
· 개인 수요	nhu cầu cá nhân
· 경제 수요	nhu cầu kinh tế
· 계절 수요	nhu cầu mùa
· 구매 수요	nhu cầu mua
· 대출 수요	nhu cần cho thuê
· 물자 수요	nhu cầu vật tư

- 상품 수요   nhu cầu hàng
- 시장 수요   nhu cầu thị trường
- 외환 수요   nhu cầu ngoại tệ
- 현재 수요   nhu cầu hiện tại

수요 분석	phân tích nhu cầu
수요 산출	tính toán nhu cầu
수요 충족	sung túc nhu cầu
수요 포화	bão hòa nhu cầu
수의 보건 증서	chứng từ y tế thú y
수익	thu nhập
수익 기준	tiêu chuẩn thu nhập
수익율	tỷ lệ thu nhập
수익 배분	phân phối thu nhập
수익성	tính thu nhập
수익성 계획	kế hoạch tính thu nhập
수익 손실 계좌	tài khoản tổn thất thu nhập
수익자	người thu nhập
수입	nhập khẩu
수입 지출 분석	phân tích chi trả thu nhập
수입 가격	giá nhập khẩu
수입 공급	cung cấp nhập khẩu
수입 관세	quan thuế nhập khẩu
수입 금지	cấm nhập khẩu
수입 금지품	hàng cấm nhập khẩu
수입 대리인	người đại diện nhập khẩu
수입 대체 생산	sản xuất thay thế nhập khẩu
수입 대체품	hàng thay thế nhập khẩu
수입 대행 회사	công ty thi hành thay thế nhập khẩu
수입 배당	chia phần nhập khẩu
수입 보너스	tiền thưởng nhập khẩu
수입 상품	hàng nhập khẩu
수입세	thuế nhập khẩu
수입 승인	thừa nhận nhập khẩu

수입 예산	ngân sách nhập khẩu
수입 의뢰	nhờ cậy nhập khẩu
수입자	người nhập khẩu
수입자 국가 통화	tiền tệ quốc gia người nhập khẩu
수입 자금 조달	cung cấp tiền vốn nhập khẩu
수입 자산	tư sản nhập khẩu
수입 자유화	tự do hóa nhập khẩu
수입 장비	trang bị nhập khẩu
수입 제한	giới hạn nhập khẩu
수입 조절	điều chỉnh nhập khẩu
수입지	nơi nhập khẩu
수입 쿼터	định mức nhập khẩu
수입 품목	mặt hàng nhập khẩu
수입 허가	cho phép nhập khẩu
수입 화물	hàng hóa nhập khẩu
수입 활동	hoạt động nhập khẩu
수정	sửa chữa
수지	thu chi
수출 가격	giá xuất khẩu
수출 거래	giao dịch xuất khẩu
수출 공급	cung cấp xuất khẩu
수출 관세	thuế quan xuất khẩu
수출 광고	quảng cáo xuất khẩu
수출 금융 대출	cho thuê tài chính xuất khẩu
수출 금지	cấm xuất khẩu
수출 금지품	hàng cấm xuất khẩu
수출 기술 장비의 수리	sửa trang bị kỹ thuật xuất khẩu
수출 다변화	đa phương hóa xuất khẩu
수출 대리인	người đại diện xuất khẩu
수출 마크 표시	biểu thị nhãn mác xuất khẩu
수출 보너스	tiền thưởng xuất khẩu
수출 보증	bảo đảm xuất khẩu
수출 상품	hàng xuất khẩu

사

수출 생산	sản xuất xuất khẩu
수출 서비스	dịch vụ xuất khẩu
수출세	thuế xuất khẩu
수출 수입	thu nhập xuất khẩu
수출 승인	thừa nhận xuất khẩu
수출 신고	kê khai xuất khẩu
수출 신용장	bản tín dụng xuất khẩu
수출 융자	cấp vốn xuất khẩu
수출 이행	thực hiện xuất khẩu
수출 이행 추가 요금	tiền thêm thực hiện xuất khẩu
수출입 계획	kế hoạch xuất nhập khẩu
수출입 공급	cung cấp xuất nhập khẩu
수출입 공급 전문 용어	từ vựng chuyên môn cung cấp xuất nhập khẩu
수출입 규범	quy phạm xuất nhập khẩu
수출입 봉쇄	phong tỏa xuất nhập khẩu
수출입 상품 배당	phân phối hàng xuất nhập khẩu
수출입 업무 결제	thanh toán nghiệp vụ xuất nhập khẩu
수출입 은행	ngân hàng xuất nhập khẩu
수출입 허가	cho phép xuất nhập khẩu
수출입 허가 제도	chế độ cho phép xuất nhập khẩu
수출입 화물 검사	kiểm tra hàng hóa xuất nhập khẩu
수출입 화물 보험	bảo hiểm hàng hóa xuất nhập khẩu
수출입 활동	hoạt động xuất nhập khẩu
수출자 국가 통화	tiền tệ quốc gia người xuất khẩu
수출 자금 조달	cung cấp tiền vốn xuất khẩu
수출 제한	giới hạn xuất khẩu
수출 주문	đặt hàng xuất khẩu
수출지	nơi xuất khẩu
수출 진흥 촉진법	xúc tiến pháp chấn hưng xuất khẩu
수출 촉진	xúc tiến xuất khẩu
수출 쿼터	định mức xuất khẩu
수출 판매	bán xuất khẩu

사

수출 포장	đóng gói xuất khẩu
수출품	hàng xuất khẩu
수출 품목	mặt hàng xuất khẩu
수출품 범위	phạm vi hàng xuất khẩu
수출 허가	cho phép xuất khẩu
수출 화물	hàng hóa xuất khẩu
수출 회사	công ty xuất khẩu
수취인	người nhận
수탁자	người ủy thác
수표	séc chi phiếu
・결제 수표	séc thanh toán
・기명 수표	chi phiếu ký tên
・백지 수표	chi phiếu trắng
・보통 수표	chi phiếu phổ thông
・부도 수표	chi phiếu không có khả năng thanh toán
・여행자 수표	séc
・외국 수표	chi phiếu ngoại quốc
・은행 수표	chi phiếu ngân hàng
・인수 거부 수표	chi phiếu không nhận
・인수 수표	chi phiếu nhận
・자기앞 수표	chi phiếu bảo đảm
수표 발행인	người phát hành chi phiếu
수표 소지인	người cầm giữ chi phiếu
수표식 결제	thanh toán theo chi phiếu
수표율	tỷ lệ chi phiếu
수표 인수	nhận chi phiếu
수표 지급	chi trả chi phiếu
수표 횡선	hàng ngang chi phiếu
수하물	hành lý
수하물 검사	kiểm tra hành lý
수하인	người hành lý
수하인명	tên người hành lý
수하인 창고	kho người hành lý

사

순	thuần thực
순가격	giá thực
순금액	số tiền thực
순매상고	doanh thu thực
순소득	thu nhập thực
순수입	thu nhập thực
순이율	lợi nhuận thực
순이익	lợi tức thực
순중량	trọng lượng thực
순중량 대비 총중량	tổng trọng lượng so trọng lượng thực
순지급	chi trả thực
순톤수 대비 총톤수	tổng tấn so số tấn thực
순환 기금	quỹ tuần hoàn
순환 자금	tiền vốn tuần hoàn
순환 자본	tư bản tuần hoàn
순회 신용장	bản tín dụng tuần hồi
스왑(교환)	trao đổi
스왑 거래	giao dịch trao đổi
스윙(변동)	biến động
스윙 융자	cấp vốn biến động
스탬프	con tem
승낙	đồng ý
·부분 승낙	đồng ý bộ phận
·사전 승낙	đồng ý trước
·사후 승낙	đồng ý sau
·서류 상환부 승낙	đồng ý theo trả lại tài liệu
·제한 승낙	đồng ý giới hạn
·조건부 승낙	đồng ý theo điều kiện
승인	thừa nhận
시가(시중가격)	giá thị trường
시간표	thời gian biểu
시동	khởi động
시세	thời thế

- 개장 시세   thời thế khai trương
- 거래 시세   thời thế giao dịch
- 당일 시세   thời thế ngày đó
- 마감 시세   thời thế kết thúc
- 시장 시세   thời thế thị trường
- 예비 시세   thời thế dự bị
- 유가증권 시세   thời thế chứng khoán có giá
- 주식 시세   thời thế cổ phần
- 통화 시세   thời thế tiền tệ
- 폐장 시세   thời thế kết thúc
- 항목 시세   thời thế hạng mục

시세 공고   công bố thời thế
시세 위험   nguy hiểm thời thế
시스템   tổ chức
시장   thị trường
- 구매자 시장   thị trường người mua
- 국제 시장   thị trường quốc tế
- 단거리 수송 시장   thị trường vận chuyển cự ly ngắn
- 대부 자본 시장   thị trường tư bản cho vay
- 대외 시장   thị trường đối ngoại
- 도매 시장   thị trường bán sỉ
- 분야별 시장   thị trường theo lãnh vực
- 상품 시장   thị trường hàng
- 세계 시장   thị trường thế giới
- 신용 시장   thị trường tín dụng
- 외환 시장   thị trường ngoại hối
- 유가증권 시장   thị trường chứng khoán có giá
- 자본 시장   thị trường tư bản
- 재래 시장   thị trường thường dùng
- 전문 시장   thị trường chuyên môn
- 전통 시장   thị trường truyền thống
- 추계 시장   thị trường mùa thu
- 춘계 시장   thị trường mùa xuân
- 판매 시장   thị trường bán hàng
- 판매자 시장   thị trường người bán hàng

시장 가격	giá thị trường
시장 거래	giao dịch thị trường
시장 경기	tình trạng kinh tế thị trường
시장 경쟁	cạnh tranh thị trường
시장 경제	kinh tế thị trường
시장 분석	phân tích thị trường
시장 수요	nhu cầu thị trường
시장 시세	thời thế thị trường
시장 위원회	ủy ban thị trường
시장율	tỷ lệ thị trường
시장 조사	điều tra thị trường
시장 침체	chậm trễ thị trường
시장 쿼터	định mức thị trường
시장 포화	bão hòa thị trường
시청각 광고	quảng cáo thính thị giác
시험	thi thử
• 가동 시험	thử khởi động
• 검사 시험	thử kiểm tra
• 공장 시험	thi nhà máy
• 국가 시험	thi quốc gia
• 보증 시험	thi bảo đảm
• 시험실 시험	thi phòng thí nghiệm
• 예비 시험	thi dự bị
• 작동 시험	thử chạy
시험 견본	mẫu thi
시험 물품	đồ vật thử
시험 증명서	giấy chứng minh thi
식료품 수입자	người thu nhập đồ ăn
신고서	tờ khai
선장 신고	kê khai thuyền trưởng
세관 신고	kê khai thuế quan
세금 신고	kê khai thuế
• 송하인 신고	kê khai người gửi hàng

· 수출 신고	kê khai xuất khẩu	
· 외환 신고	kê khai ngoại hối	
신고 이익	ích lợi kê khai	
신문 광고	quảng cáo tờ báo	
신상품 우대	ưu đãi hàng mới	
신용	tín dụng	
신용 갱신	đổi mới tín dụng	
신용 결제	thanh toán tín dụng	
신용 결제 업무	nghiệp vụ thanh toán tín dụng	
신용 계약	hợp đồng tín dụng	
신용 계좌	tài khoản tín dụng	
신용 관계	quan hệ tín dụng	
신용 구매	mua tín dụng	
신용 구매 설비	thiết bị mua tín dụng	
신용 기관	cơ quan tín dụng	
신용 기금	quỹ tín dụng	
신용 능력	năng lực tín dụng	
신용 능력 조사	điều tra năng lực tín dụng	
신용 대부	cho vay tín dụng	
신용 대출 기한	thời hạn cho thuê tín dụng	
신용 대출 변제 기한	thời hạn trả lại cho thuê tín dụng	
신용 대출 변제 조건	điều kiện trả lại cho thuê tín dụng	
신용 대출 조건	điều kiện cho thuê tín dụng	
신용 보상	bồi thường tín dụng	
신용 보증	bảo đảm tín dụng	
신용 보험	bảo hiểm tín dụng	
신용 봉쇄	phong tỏa tín dụng	
신용 부채	món nợ tín dụng	
신용 시장	thị trường tín dụng	
신용 업무	nghiệp vụ tín dụng	
신용 위험	nguy hiểm tín dụng	
신용 자금	tiền vốn tín dụng	

신용장	thư tín dụng
• 까지 유용한 신용장	thư tín dụng hữu dụng cho đến
• 기명식 신용장	thư tín dụng theo ký tên
• 무기명 신용장	thư tín dụng không ký tên
• 무담보 신용장	thư tín dụng không thế chấp
• 미확인 신용장	thu tín dụng không xác nhận
• back to back 신용장	thư tín dụng back to back
• 분할 신용장	thư tín dụng phân chia
• 분할 지불 신용장	thư tín dụng chi trả phân chia
• 상업 신용장	thư tín dụng thương mại
• 수출 신용장	thư tín dụng xuất khẩu
• 순회 신용장	thư tín dụng tuần hồi
• 양도 가능 신용장	thư tín dụng khả năng chuyển nhượng
• 양도 불능 신용장	thư tín dụng bất khả năng chuyển nhượng
• 장기 신용장	thư tín dụng trường kỳ
• 취소 불능 신용장	thư tín dụng không thể hủy bỏ
• 현금 신용장	thư tín dụng tiền mặt
• 화물환 신용장	thư tín dụng thay đổi hàng hóa
• 확인 신용장	thư tín dụng xác nhận
• 회전 신용장	thư tín dụng xoày vòng
신용장 개설 통보	thông báo mở thư tín dụng
신용장 개설 의뢰	nhờ cậy mở thư tín dụng
신용장 결제	thanh toán thư tín dụng
신용장 변경	biến đổi thư tín dụng
신용장 서류식 절제	thanh toán theo tài liệu thư tín dụng
신용장 소지인	người sở hữu thư tín dụng
신용장식 지급	chi trả theo thư tín dụng
신용장 연기	kéo dài thư tín dụng
신용장 지급	chi trả thư tín dụng
신용 정책	chính sách tín dụng
신용 제도	chế độ tín dụng
신용 조건부 공급	cung cấp theo điều kiện tín dụng
신용 지급	chi trả tín dụng
신용 차입금	tiền vay mượn tín dụng

신용 채무 미지불	không chi trả trái vụ tín dụng
신용 카드	thẻ tín dụng
신용 통화	tiền tệ tín dụng
신용 판매	bán tín dụng
신용 한도	hạn độ tín dụng
신용 협약	hiệp ước tín dụng
신청서	đơn xin
・계좌 개설 신청서	đơn xin mở tài khoản
・대부 신청서	đơn xin cho vay
・대출 신청서	đơn xin cho thuê
・박람회 참가 신청서	đơn xin tham gia hội chợ
・발명 신청서	đơn xin phát minh
・상표 등록 신청서	đơn xin đăng ký nhãn hiệu thương mại
・입찰 참여 신청서	đơn xin tham dự đấu thầu
・재반입 신청서	đơn xin đưa vào lại
・허가서 발급 신청서	đơn xin cấp cho giấy phép
・화물 운송 신청서	đơn xin vận chuyển hàng hóa
신청 서류 작성	làm tài liệu đơn xin
신청 우선권	quyền ưu tiên đơn xin
신축 가격	giá xây mới
신축 가격에 관한 약관	điều khoản về giá xây mới
신축 관세	quan thuế xây mới
신축 평가	đánh giá xây mới
실무	việc làm thực tế
실무팀	nhóm việc làm thực tế
실물 크기 견본	mẫu theo kích cỡ thực vật
실업자	người thất nghiệp
실업계	giới kinh doanh công nghiệp
실외광고	quảng cáo ngoài sân
실제 가격	giá thực tế
실제 비용	chi phí thực tế
실중량	trọng lượng thực
실질 소득	lợi tức thực tế

실험 작업	tác nghiệp thử nghiệm
심사	thẩm tra
・국가 심사	thẩm tra quốc gia
・기술 서류 심사	thẩm tra tài liệu kỹ thuật
・기술 심사	thẩm tra kỹ thuật
・독립 심사	thẩm tra độc lập
・수출입 화물 심사	thẩm tra hàng hóa xuất nhập khẩu
・은행 심사	thẩm tra ngân hàng
・특허 심사	thẩm tra đặc hứa
・심포지움 박람회	hội chợ hội nghị chuyên đề
쌍무 교섭	thương lượng đôi vụ
쌍무 협상	hiệp thương đôi vụ
쌍무 협약	hiệp ước đôi vụ
쌍방 권리 관계	quan hệ quyền lợi đôi bên
쌍방 의무	nghĩa vụ đôi bên

아

아

아

아

아

아

아시아 태평양 경제 협력체	tổ chức hiệp lực kinh tế Châu Á Thái Bình Dương
아시아 태평양 경제 사회 이사회	hội đồng quản trị xã hội kinh tế Á châu Thái Bình Dương
아시아 개발 은행	ngân hàng khai thác Á châu
안내실	phòng hướng dẫn
안정 조직	tổ chức ổn định
안정 통화	tiền tệ ổn định
암시장	chợ đen
앙케이트	điều tra hỏi
아프터 서비스	dịch vụ cho sau
액면 가격	giá ghi trên bề mặt
액면 금액	tiền ghi trên bề mặt
약관	điều khoản
• 가격 상승에 관한 약관	điều khoản về tăng giá
• 가격 하락에 관한 약관	điều khoản về hạ giá
• 벙커 용기 사용에 관한 약관	điều khoản về sử dụng dụng cụ hố cát
• 복합 통화에 관한 약관	điều khoản về tiền tệ phức hợp
• 불가항력에 관한 약관	điều khoản về bất khả kháng
• 비반송에 관한 약관	điều khoản về không gửi lại
• 신축 가격에 관한 약관	điều khoản về giá xây dựng mới
• 중재 약관	điều khoản trọng tài
• 최혜국 대우에 관한 약관	điều khoản về ưu đãi tối huệ quốc
• 통화 약관	điều khoản tiền tệ
• 파업에 관한 약관	điều khoản về đình công
약속 어음	giấy hẹn trả tiền
약정	ước định
약정 가격	giá ước định
약정 관계	quan hệ ước định
약정 로열티(인세)	nhuận bút ước định
약정 벌과금	tiền phạt ước định
약정안	ước định án

약정 의무	nghĩa vụ ước định
약정 제재	chế tài ước định
약정 허가	cho phép ước định
양	lượng
・공급량	lượng cung cấp
・매입량	lượng mua
・상호 공급량	lượng cung cấp lẫn nhau
・생산량	lượng sản xuất
・운송량	lượng vận chuyển
・조합식 수출입 물량	lượng vật liệu xuất nhập khẩu tổ hợp
・주문량	lượng đặt hàng
・총상품 판매량	lượng bán tổng hàng hóa
・판매량	lượng bán hàng
・화물량	lượng hàng hóa
양도	chuyển nhượng
・권리 양도	chuyển nhượng quyền lợi
・무상 양도	chuyển nhượng không thu tiền
・전권 양도	chuyển nhượng toàn quyền
・참여 지분 양도	chuyển nhượng chi phận tham dự
・화물 양도	chuyển nhượng hàng hóa
양도 가능 신용장	thư tín dụng có thể chuyển nhượng
양도 불능 신용장	thư tín dụng không thể chuyển nhượng
양도 불능 허가	cho phép không thể chuyển nhượng
양도 증서	chứng thư chuyển nhượng
양륙	vận chuyển hành lý
양륙 기간	thời hạn vận chuyển hành lý
양륙을 위한 선박 준비	chuẩn bị tàu để vận chuyển hành lý
양보	nhượng bộ
양자 거래	giao dịch hai người
양자 계약	hợp đồng hai người
양자 교섭	thương lượng hai người
양자 어음 교환	trao đổi hối phiếu hai người
어음	hối phiếu

- 금융 어음   hối phiếu tài chính
- 기한부 어음   hối phiếu theo thời hạn,
- 기한 초과 어음   hối phiếu vượt quá thời hạn
- 단기 어음   hối phiếu thời gian ngắn
- 대응 어음   hối phiếu đối mặt
- 무역 어음   hối phiếu mậu dịch
- 배서 어음   hối phiếu ký hậu
- 백지 어음   hối phiếu trắng
- 부도 어음   hối phiếu phá sản
- 상업 어음   hối phiếu thương mại
- 상품 어음   hối phiếu hàng
- 선급 어음   hối phiếu trả trước
- 약속 어음   hối phiếu hẹn trả tiền
- 연기 어음   hối phiếu kéo dài
- 우량 어음   hối phiếu chất lượng cao
- 유예 어음   hối phiếu trì hoãn
- 융통 어음   hối phiếu linh hoạt
- 은행 어음   hối phiếu ngân hàng
- 이의 제기 어음   hối phiếu nêu lên phản đối
- 인수 어음   hối phiếu nhận
- 일람불 어음   hối phiếu chi trả ngay
- 장기 어음   hối phiếu trường kỳ
- 재할인 어음   hối phiếu tái hạ giá
- 정기불 어음   hối phiếu một thời gian qua chi trả
- 지불 장소 지정 어음   hối phiếu chỉ định nơi chi trả
- 할인 어음   hối phiếu hạ giá
- 화물환 어음   hối phiếu thay đổi hàng hóa
- 환어음   hối phiếu

어음 교환   trao đổi hối phiếu

- 강제 어음 교환   trao đổi hối phiếu ép buộc
- 다자 어음 교환   trao đổi hối phiếu nhiều người
- 양자 어음 교환   trao đổi hối phiếu hai người
- 은행 어음 교환   trao đổi hối phiếu ngân hàng
- 일방 어음 교환   trao đổi hối phiếu một phía
- 통화 어음 교환   trao đổi hối phiếu tiền tệ

어음 교환 계약	hợp đồng trao đổi hối phiếu
어음 교환소	nơi trao đổi hối phiếu
어음 교환 은행	ngân hàng trao đổi hối phiếu
어음 발행	phát hành hối phiếu
어음 발행수	số phát hành hối phiếu
어음 발행인	người phát hành hối phiếu
어음 배서인	người ký hậu hối phiếu
어음 보증	bảo đảm hối phiếu
어음 보증 양도인	người chuyển nhượng bảo đảm hối phiếu
어음 보증인	người bảo đảm hối phiếu
어음 소지인	người sở hữu hối phiếu
어음 수령인	người nhận lấy hối phiếu
어음 수취인	người thu nhận hối phiếu
어음식 보증	bảo đảm theo hối phiếu
어음 연장	kéo dài hối phiếu
어음 인수	tiếp nhận hối phiếu
어음 인수 거절 증명서	giấy chứng minh từ chối tiếp nhận hối phiếu
어음 재할인	tái hạ giá hối phiếu
어음 제시인	người xuất trình hối phiếu
어음 중개인	người môi giới hối phiếu
어음 할인	hạ giá hối phiếu
어음 할인료	tiền hạ giá hối phiếu
어음 할인율	tỷ lệ hạ giá hối phiếu
업무	nghiệp vụ
・거래소 업무	nghiệp vụ nơi giao dịch
・결제 업무	nghiệp vụ thanh toán
・금융 업무	nghiệp vụ tài chính
・대출 결제 업무	nghiệp vụ thanh toán cho thuê
・물품 교환 업무	nghiệp vụ trao đổi hàng
・상품 업무	nghiệp vụ hàng
・설계 건축 업무	nghiệp vụ kiến trúc thiết kế
・설계 조사 업무	nghiệp vụ điều tra thiết kế

・수송 업무	nghiệp vụ vận chuyển
・신용 업무	nghiệp vụ tín dụng
・연계 매매 업무	nghiệp vụ mua bán liên hệ
・연구 개발 업무	nghiệp vụ khai thác nghiên cứu
・연구 업무	nghiệp vụ nghiên cứu
・은행 업무	nghiệp vụ ngân hàng
・중개 업무	nghiệp vụ môi giới
・초기 조절 업무	nghiệp vụ điều chỉnh ban sơ
・출납 업무	nghiệp vụ thu chi
・통화 업무	nghiệp vụ tiền tệ
・판매 업무	nghiệp vụ bán
업무 관계	**quan hệ nghiệp vụ**
업무 교섭	**thương lượng nghiệp vụ**
업무 일정	**nhật trình nghiệp vụ**
업무 출장	**công tác nghiệp vụ**
업무 파트너	**đối tác nghiệp vụ**
업무 협력	**hiệp lực nghiệp vụ**
엔지니어링	**hoạt động kỹ sư**
엔진이어링 서비스	**dịch vụ kỹ sư**
엔지니어링 회사	**công ty kỹ sư**
여권	**hộ chiếu**
여권 심사	**thẩm tra hộ chiếu**
여분	**phần còn lại**
여행사	**công ty du lịch**
여행자 수표	**séc**
역거래	**giao dịch ngược**
역년	**một năm**
역일	**mỗi ngày cái lịch**
연간 결산	**kết toán hàng năm**
연간 소득	**lợi tức hàng năm**
연간 예산	**ngân sách hàng năm**
연계 거래	**giao dịch liên hệ**
연계 매매 업무	**nghiệp vụ mua bán liên hệ**

연계 무역	mậu dịch liên hệ
연구 개발 결과물의 수출	xuất khẩu vật kết quả khai thác nghiên cứu
연구 개발 업무	nghiệp vụ khai thác nghiên cứu
연구 생산 단지	khu sản xuất nghiên cứu
연구 업무	nghiệp vụ nghiên cứu
연기	kéo dài
연기 어음	hối phiếu kéo dài
연도	năm
· 결산 연도	năm kết toán
· 당해 연도	năm đó
· 예산 연도	năm ngân sách
· 재무 연도	năm tài vụ
· 회계 연도	năm kế toán
연료 보급	**phổ cập nguyên liệu**
연맹	**liên minh**
· 공동 연맹	liên minh công đồng
· 국제 연맹	liên minh quốc tế
· 기업 연맹	liên minh xí nghiệp
· 대외 무역 연맹	liên minh mậu dịch đối ngoại
· 독립 채산 연맹	liên minh tiền lãi độc lập
· 산업 연맹	liên minh công nghiệp
· 생산 연맹	liên minh sản xuất
연서	ký chung
연서자	người ký chung
연속 견본	mẫu liên tục
연속 생산	sản xuất liên tục
연속 제품	chế phẩm liên tục
연습	luyện tập
연안 무역	mậu dịch ven biển
연안 항해	hàng hải ven biển
연이자	lãi hằng năm
연장	kéo dài

아

• 계약 연장	kéo dài hợp đồng
• 기간 연장	kéo dài thời hạn
• 대출 연장	kéo dài cho thuê
• 보증 기간 연장	kéo dài thời hạn bảo đảm
• 보험 연장	kéo dài bảo hiểm
• 신용장 연장	kéo dài thư tín dụng
• 어음 연장	kéo dài hối phiếu
• 환어음 연장	kéo dài hối phiếu
연체	chậm trễ
연체금	tiền chậm trễ
연체 이자	lãi chậm trễ
연체일	ngày chậm trễ
연합	liên hợp
연합 보험 증서	chứng nhận bảo hiểm liên hợp
연합 은행	ngân hàng liên hợp
열대성 기후 조건 추가 요금	tiền thêm điều kiện khí hậu nhiệt đới
영구 비자	thị thực vĩnh cửu
영구 사증	thị thực vĩnh cửu
영사관	lãnh sự quán
영사 송장	giấy vận chuyển lãnh sự
영사 수수료	tiền thù lao lãnh sự
영수증	hóa đơn
영업 이사	ủy viên quản trị kinh doanh
영화 광고	quảng cáo phim
예금	tiền tiết kiệm
• 요구불 예금	tiền tiết kiệm yêu cầu
• 은행 예금	tiền tiết kiệm ngân hàng
• 정기 예금	tiền tiết kiệm định kỳ
예금 계좌	tài khoản tiền tiết kiệm
예금 수령증	biên nhận tiền tiết kiệm
예금 은행	ngân hàng tiền tiết kiệm
예금 이자	lãi tiền tiết kiệm

예금자	người tiền tiết kiệm
예금주	chủ tiền tiết kiệm
예금증서	giấy chứng nhận tiền tiết kiệm
예비	dự bị
예비비	tiền dự bị
예비 계획 인수 조서	biên bản nhận kế hoạch dự bị
예비 공급량	lượng cung cấp dự bị
예비 기금	quỹ dự bị
예비 기금 공제금	khoản khấu trừ quỹ dự bị
예비 부품	phụ tùng dự bị
예비 시세	thời thế dự bị
예비 시험	thi dự bị
예비 자본	tiền vốn dự bị
예비 자산	tư sản dự bị
예비 재고	tồn kho dự bị
예비 통화	tiền tệ dự bị
예비품	phẩm dự bị
예비 현금고	tiền mặt dự bị
예산	ngân sách
・국가 예산	ngân sách quốc gia
・당좌 예산	dự toán tài khoản
・수입 예산	dự toán thu nhập
・연간 예산	ngân sách
・지출 예산	dự toán chi trả
예산 견적 서류 작성	làm tài liệu ước lượng ngân sách
예산 불입금	tiền góp ngân sách
예산 비용	chi phí ngân sách
예산안	đề án ngân sách
예산 연도	năm ngân sách
예산 이체	chuyển khoản ngân sách
예산 지출금	tiền chi trả ngân sách
예산 항목	hạng mục ngân sách
예상 이익	ích lợi dự đoán

예상 초과 이익	ích lợi vượt quá dự đoán
예약 판매	bán đặt trước
예인	kéo
예인선	tàu kéo
예정 보험 증서	chứng thư bảo hiểm dự định
예탁 주식	cổ phần ký thác vào ngân hàng
예하 기업	xí nghiệp dưới
오염	ô nhiễm
· 방사능 오염	ô nhiễm năng lực phóng xạ
· 환경 오염	ô nhiễm môi trường
오퍼	đơn xin bán
· 공급 오퍼	đơn xin bán cung cấp
· 대응 오퍼	đơn xin bán đối phó
· 불확정 오퍼	đơn xin bán bất xác định
· 상업 오퍼	đơn xin bán thương mại
· 종합 오퍼	đơn xin bán tổng hợp
· 확정 오퍼	đơn xin bán xác định
· 오퍼 발행	phát hành đơn xin bán
옵션	trang trí thêm
· 구매 옵션	trang trí thêm mua
· 이중 옵션	trang trí thêm trùng lặp
· 콜 옵션	trang trí thêm gọi
· 통화 옵션	trang trí thêm tiền tệ
· 판매 옵션	trang trí thêm bán
· 화물 옵션	trang trí thêm hàng hóa
완불 우편	bưu kiện trả hết
완비	hoàn bị
완비도	độ hoàn bị
완성품 인도 방식 계약	hợp đồng theo dẫn độ thành phẩm
완전 구비품	cụ bị phẩm hoàn toàn
완전성	tính hoàn hoàn
완제품	thành phẩm
완제품 수령 기준	tiêu chuẩn nhận thành phẩm

완제품 재고	thành phẩm tồn kho
외국 고객	khách hàng nước ngoài
외국 기업가	người doanh nghiệp nước ngoài
외국 생산품	sản phẩm nước ngoài
외국 수표	ngân phiếu nước ngoài
외국 원산지 상품	hàng nguồn gốc sản xuất nước ngoài
외국 은행	ngân hàng nước ngoài
외국 은행 보증	bảo đảm ngân hàng nước ngoài
외국인 파트너	đối tác người nước ngoài
외국인 회사	công ty người nước ngoài
외국 자본	tư bản nước ngoài
외국 자본 참여 합작회사	hợp tác xã tham dự tư bản nước ngoài
외국 투자 유치	lôi cuốn đầu tư nước ngoài
외국환	ngoại hối
외국환 자산	tư sản ngoại hối
외형 규격	quy cách hình ngoài
외화	ngoại hối
외화 기금	quỹ ngoại hối
외화 납입	nộp tiền ngoại hối
외화 대출	cho thuê ngoại hối
외화 매상고	doanh thu ngoại hối
외화 소득	lợi tức ngoại hối
외화 재원	tài nguyên ngoại hối
외환 거래	giao dịch ngoại hối
외환 거래소	nơi giao dịch ngoại hối
외환 계좌	tài khoản ngoại hối
외환 규정	quy định ngoại hối
외환 기금 투자	đầu tư quỹ ngoại hối
외환 딜러	người mua bán ngoại hối
외환 보유고	kho dự trữ ngoại hối
외환 비용	chi phí ngoại hối
외환 수요	nhu cầu ngoại hối
외환 시장	thị trường ngoại hối

아

외환 신고	kê khai ngoại hối
외환 위험	nguy hiểm ngoại hối
외환 위험 분산	phân tán nguy hiểm ngoại hối
외환 적자	thâm hụt ngoại hối
외환 중재	trọng tài ngoại hối
외환 투기	đầu cơ ngoại hối
외환 평가	đánh giá ngoại hối
외환 허가	cho phép ngoại hối
요구	yêu cầu
요구불 납입	nộp tiền yêu cầu
요구불 예금	tiền tiết kiệm yêu cầu
요금	tiền
검역료	tiền kiểm dịch
보험료	tiền bảo hiểm
용선료	tiền sử dụng tàu
화물료	tiền hàng hóa
요율	tỷ lệ tiền
요율 가격	giá tỷ lệ tiền
요율 명세서	bản chi tiết tỷ lệ
요율 우대	ưu đãi tỷ lệ tiền
요율 쿼터	định mức tỷ lệ tiền
용량	dung lượng
용선	sử dụng tàu
• 노선 용선	sử dụng tàu lộ trình
• 일괄 용선	sử dụng tàu đồng loạt
• 일반 용선	sử dụng tàu thường
• 특별 용선	sử dụng tàu đặc biệt
• 편도 용선	sử dụng tàu một chuyến
• 하운 용선	sử dụng tàu hải vận
용선 견적	ước lượng sử dụng tàu
용선 계약	hợp đồng sử dụng tàu
용선 대리인	người đại diện sử dụng tàu
용선료	tiền sử dụng tàu

용선자	người sử dụng tàu
용선 중개인	người môi giới sử dụng tàu
용선 지시서	thư chỉ thị sử dụng tàu
용역 계약	hợp đồng giao việc
용역 제공 및 제품 판매 매상고	doanh thu bán chế phẩm và cung cấp giao việc
용적 초과 화물	hàng hóa vượt quá dung tích
우대	ưu đãi
・관세 우대	ưu đãi thuế quan
・금융 우대	ưu đãi tài chính
・선임 우대	ưu đãi tiên nhiệm
・신상품 우대	ưu đãi hàng mới
・요율 우대	ưu đãi tỷ lệ tiền
・조세 우대	ưu đãi tô thuế
・특혜 우대	ưu đãi đặc huệ
우대 가격	giá ưu đãi
우대 관세	thuế quan ưu đãi
우대 금리	lãi suất ưu đãi
우대 기간	thời hạn ưu đãi
우대 율	tỷ lệ ưu đãi
우대 융자	cho vay ưu đãi
우대 조건	điều kiện ưu đãi
우대 조건 대부	cho vay điều kiện ưu đãi
우량 어음	hối phiếu chất lượng cao
우선 구매권	quyền mua ưu tiên
우선권	quyền ưu tiên
우선 주식	cổ phần ưu tiên
우체국 소인	con dấu bưu điện
우편	bưu điện
우편물	bưu phẩm
우편 송금	gửi tiền bưu điện
우편 송금율	tỷ lệ gửi tiền bưu điện
우편 송달	tống đạt bưu điện

아

우편 수령증	biên nhận bưu điện
우편 통지	thông báo bưu điện
우편환	thư chuyển tiền
운송	vận chuyển
• 국제 운송	vận chuyển quốc tế
• 단거리 운송	vận chuyển cự ly ngắn
• 대외 무역 운송	vận chuyển mậu dịch đối ngoại
• 장거리 운송	vận chuyển cự ly dài
• 철도 운송	vận chuyển đường sắt
• 항공 운송	vận chuyển hàng không
• 해상 운송	vận chuyển trên biển
• 화물 운송	vận chuyển hàng hóa
운송 가격	giá vận chuyển
운송 가격 인상	tăng giá vận chuyển
운송 가능 화물	hàng hóa khả năng vận chuyển
운송 경로	quá trình vận chuyển
운송 계약	hợp đồng vận chuyển
운송 노선	lộ trình vận chuyển
운송 대리인	người đại diện vận chuyển
운송 대리점	điểm đại lý vận chuyển
운송량	số lượng vận chuyển
운송료	tiền vận chuyển
운송 마크 표시	biểu thị nhãn mác vận chuyển
운송 물품 담보 대출	cho thuê thế chấp hàng vận chuyển
운송 보험	bảo hiểm vận chuyển
운송 비용	chi phí vận chuyển
운송 서류	tài liệu vận chuyển
운송 서류 작성	làm tài liệu vận chuyển
운송 서비스	dịch vụ vận chuyển
운송 소인	con dấu bưu điện vận chuyển
운송 수단	thủ đoạn vận chuyển
운송 요율	tỷ lệ tiền vận chuyển
운송 위탁	ủy thác vận chuyển

아

운송 유형	loại hình vận chuyển
운송 전문가	nhà chuyên môn vận chuyển
운송 조건	điều kiện vận chuyển
운송중 보관 비용	chi phí bảo quản trong vận chuyển
운송중 파손 화물	hàng hóa hư hại trong vận chuyển
운송 포장	đóng gói vận chuyển
운송 회사	công ty vận chuyển
· 국내 운송 회사	công ty vận chuyển quốc nội
· 육상 운송 회사	công ty vận chuyển trên đường
· 항공 운송 회사	công ty vận chuyển hàng không
· 해상 운송 회사	công ty vận chuyển trên biển
· 화물 운송 회사	công ty vận chuyển hàng hóa
운영	kinh doanh
운임	tiền cước vận chuyển
운임 보험료 포함 가격	giá bảo hiểm bao gồm tiền cước vận chuyển
운임 계약	hợp đồng tiền cước vận chuyển
운임 보험	bảo hiểm tiền cước vận chuyển
운임 보험료 포함 인도 조건부 공급	cung cấp theo điều kiện dẫn độ bao gồm tiền bảo hiểm vận chuyển
운임 비율	tỷ lệ tiền cước vận chuyển
운임 포함 가격	giá bao gồm tiền cước vận chuyển
운임 포함 인도 조건부 공급	cung cấp theo điều kiện dẫn độ bao gồm tiền cước vận chuyển
운하료	tiền kênh
운행 경로	lộ trình vận hành
원가	nguyên giá
원고	nguyên cáo
원금	tiền vốn
원도급인	chủ thầu nguyên
원료	nguyên liệu
원부채	nguyên công nợ
원산지	nơi sản xuất

아

원산지 증명	chứng minh nơi sản xuất
원산지항	cảng nơi sản xuất
원자재	nguyên vật liệu
원자재 기반	cơ sở nguyên vật liệu
원자재 수입자	người nhập khẩu nguyên vật liệu
위기	nguy cơ
위생 검역 검사	kiểm tra kiểm dịch vệ sinh
위생 증명서	giấy chứng minh vệ sinh
위약금	tiền bội ước
위원회	ủy ban
위임	ủy nhiệm
위임장	giấy ủy nhiệm
위임 대리인	người đại diện ủy nhiệm
위임자	người ủy nhiệm
위탁	ủy thác
위탁 대리인	người đại diện ủy thác
위탁자	người ủy thác
위탁 창고	kho ủy thác
위탁 판매	bán ủy thác
위탁 판매 거래	giao dịch bán ủy thác
위탁 판매 계약	hợp đồng bán ủy thác
위탁 판매 기관	cơ quan bán ủy thác
위탁 판매 상품	hàng bán ủy thác
위탁 판매 센터	trung tâm bán ủy thác
위탁 판매인	người bán ủy thác
위탁 판매 협약	hiệp ước bán ủy thác
위험	nguy hiểm
・금융 위험	nguy hiểm tài chính
・미결제 위험	nguy hiểm không thanh toán
・보험 위험	nguy hiểm bảo hiểm
・시세 위험	nguy hiểm thời thế
・신용 위험	nguy hiểm tín dụng
・외환 위험	nguy hiểm ngoại hối

· 인수 부도 위험	nguy hiểm phá sản nhận
위험 보험	bảo hiểm nguy hiểm
위험 분산	phân tán nguy hiểm
위험 수당	phụ cấp nguy hiểm
위험 투자	đầu tư nguy hiểm
위험 화물	hàng hóa nguy hiểm
유가 증권 거래소	nơi giao dịch chứng khoán có giá
유가 증권 담보 대출	cho thuê thế chấp chứng khoán có giá
유가 증권 발행	phát hành chứng khoán có giá
유가 증건 소유자	người sở hữu chứng khoán có giá
유가 증권 시세	thời thế chứng khoán có giá
유가 증권 시장	thị trường chứng khóan có giá
유네스코	tổ chức giáo dục khoa học và văn hóa của liên hiệp quốc
유동 자금	vốn lưu động
유동 자본	tư bản lưu động
유동 자산	tư sản lưu động
유동 적립금	tiền dành dụm lưu động
유럽 경제 공동체	cộng đồng thể kinh tế Châu Âu
유럽 부흥 개발 은행	ngân hàng khai thác phục hưng Châu Âu
유럽 시장	thị trường Châu Âu
유럽 자유 무역 협정	hiệp định mậu dịch tự do Châu Âu
유럽 통화	tiền tệ Châu Âu
유럽 통화 협정	hiệp định tiền tệ Châu Âu
유보	lưu bộ
유사체	thể tương tự
유사 특허	đặc hứa tương tự
유상 서비스	dịch vụ hoàn lại
유엔 개발 계획	kế hoạch khai thác UN
유엔 고등 판무관실	phòng quản lý cao đẳng UN
유엔 공업 개발 기구	tổ chức khai thác công nghiệp UN

아

유엔 교육 과학 문화 기구	tổ chức giáo dục khoa học và văn hóa UN
유엔 무역 개발 협력 기구	tổ chức hiệp lực khai thác mậu dịch UN
유엔 식량 농업 기구	tổ chức nông nghiệp lương thực UN
유엔 아동 기금	quỹ nhi đồng UN
유예	trì hoãn
유예 어음	hối phiếu trì hoãn
유예일	ngày trì hoãn
유입 자금	tiền vốn du nhập
유지	giữ gìn
유치	thu hút
외국 투자 유치	thu hút đầu tư nước ngoài
유통 경로	lộ trình lưu thông
유통 서류	tài liệu lưu thông
유통성	tính lưu thông
유한 책임 회사	công ty trách nhiệm hữu hạn
유형	hữu hình
유효 공급량	số lượng cung cấp hữu hiệu
유효 특허	đặc hứa hữu hiệu
육상 운송	vận chuyển trên đường
육상 운송 회사	công ty vận chuyển trên đường
육상 화물 운송장	nơi vận chuyển hàng hóa trên đường
육상 화물 송장	giấy vận chuyển hàng hóa trên đường
율	tỷ lệ
・결제율	tỷ lệ thanh toán
・고시율	tỷ lệ thông báo
・고정율	tỷ lệ cố định
・관세율	tỷ lệ thuế quan
・교환율	tỷ lệ trao đổi
・국제 금융 시장율	tỷ lệ thị trường tài chính quốc tế
・기본율	tỷ lệ cơ bản
・기준율	tỷ lệ tiêu chuẩn
・단일율	tỷ lệ đơn nhất
・대출 이자율	tỷ lệ lãi cho thuê

- 등가율   tỷ lệ tương đương
- 로열티 비율   tỷ lệ tiền bản quyền
- 매도율   tỷ lệ bán hàng
- 매입율   tỷ lệ mua hàng
- 발행율   tỷ lệ phát hành
- 벌과금 비율   tỷ lệ tiền phạt
- 변동율   tỷ lệ biến động
- 선임율   tỷ lệ bổ nhiệm
- 세율   tỷ lệ thuế
- 송금률   tỷ lệ gửi tiền
- 수익률   tỷ lệ thu nhập
- 수표율   tỷ lệ ngân phiếu
- 시장율   tỷ lệ thị trường
- 어음 할인율   tỷ lệ hạ giá hối phiếu
- 요율   tỷ lệ
- 우대율   tỷ lệ ưu đãi
- 우편 송금율   tỷ lệ gửi tiền bưu điện
- 은행 할인율   tỷ lệ hạ giá ngân hàng
- 이자율   tỷ lệ lãi
- 전신환 송금율   tỷ lệ gửi tiền điện tín
- 할인율   tỷ lệ hạ giá
- 현행율   tỷ lệ hiện hành
- 협정율   tỷ lệ hiệp định

융자   cho vay

- 개방 융자   cho vay công khai
- 국가 융자   cho vay quốc gia
- 기업 융자   cho vay xí nghiệp
- 긴축 융자   cho vay giảm bớt
- 단기 융자   cho vay thời hạn ngắn
- 담보 융자   cho vay thế chấp
- 대외 무역 지원 융자   cho vay chi viện mậu dịch đối ngoại
- 무역 융자   cho vay mậu dịch
- 보상 융자   cho vay bồi thường
- 상업 융자   cho vay thương mại
- 상품 담보 융자   cho vay thế chấp hàng
- 상품 융자   cho vay hàng

- 수출 융자   cho vay xuất khẩu
- 우대 융자   cho vay ưu đãi
- 은행 보증 융자   cho vay bảo đảm ngân hàng
- 일괄 융자   cho vay đồng loạt
- 자본 납입 융자   cho vay nộp tiền tư bản
- 장기 융자   cho vay trường kỳ
- 중기 융자   cho vay trung kỳ
- 취소 가능 융자   cho vay có thể hủy bỏ
- 콜 융자   cho vay gọi
- 회전 융자   cho vay vòng

융자 교부   **phân phát cho vay**
융자 도입   **dẫn nhập cho vay**
융통 어음   **hối phiếu linh hoạt**
은행   **ngân hàng**
- 국립 은행   ngân hàng quốc lập
- 국영 은행   ngân hàng quốc doanh
- 국제 결제 은행   gân hàng thanh toán quốc tế
- 국제 부흥 개발 은행   ngân hàng khai thác phục hưng quốc tế
- 국제 은행   ngân hàng quốc tế
- 대리 은행   ngân hàng đại diện
- 대부 은행   ngân hàng cho vay
- 데이터 뱅크   ngân hàng dữ liệu
- 무역 은행   ngân hàng mậu dịch
- 보증 은행   ngân hàng bảo đảm
- 사립 은행   ngân hàng tư lập
- 상업 은행   ngân hàng thương mại
- 송금 은행   ngân hàng gửi tiền
- 수출입 은행   ngân hàng xuất nhập khẩu
- 아시아 개발 은행   ngân hàng khai thác Á châu
- 연합 은행   ngân hàng liên hợp
- 예금 은행   ngân hàng tiền tiết kiệm
- 외국 은행   ngân hàng ngoại quốc
- 유럽 부흥 개발 은행   ngân hàng khai thác phục hưng Âu châu
- 자료 은행   ngân hàng tài liệu
- 저축 은행   ngân hàng tiết kiệm

• 적립 은행	ngân hàng tích lũy
• 정보 은행	ngân hàng tình báo
• 조합비 가입 은행	ngân hàng gia nhập tổ hợp phí
• 주식 은행	ngân hàng cổ phần
• 중앙 은행	ngân hàng trung ương
• 채권 은행	ngân hàng trái khoán
• 통지 은행	ngân hàng thông báo
• 투자 은행	ngân hàng đầu tư
• 합자 은행	ngân hàng hùn vốn
• 화폐 발행 은행	ngân hàng phát hành tiền tệ

은행 감정	giám định ngân hàng
은행 거래	giao dịch ngân hàng
은행 계좌	tài khoản ngân hàng
은행 계좌 잔고	tồn kho tài khoản ngân hàng
은행권	quyền ngân hàng
은행권 발행	phát hành quyền ngân hàng
은행권 유통 정지	đình chỉ lưu thông quyền ngân hàng
은행 기관	cơ quan ngân hàng
은행 기금	quỹ ngân hàng
은행 납입	nộp ngân hàng
은행 대부	cho vay ngân hàng
은행 대출	cho thuê ngân hàng
은행 보증	bảo đảm ngân hàng
은행 보증 융자	cho vay bảo đảm ngân hàng
은행 부채	công nợ ngân hàng
은행 비용	chi phí ngân hàng
은행 서비스	dịch vụ ngân hàng
은행 소인	con dấu ngân hàng
은행 송금	chuyển khoản ngân hàng
은행 수수료	tiền thù lao ngân hàng
은행 수표	ngân phiếu ngân hàng
은행 심사	thẩm tra ngân hàng
은행 어음	hối phiếu ngân hàng

은행 어음 교환	trao đổi hối phiếu ngân hàng
은행 어음 할인	giảm giá hối phiếu ngân hàng
은행 업무	nghiệp vụ ngân hàng
은행 예금	tiền tiết kiệm ngân hàng
은행 예탁 거래 정지	đình chỉ giao dịch ký thác ngân hàng
은행 위탁	ủy thác ngân hàng
은행 이자	lãi ngân hàng
은행 이체	chuyển khoản ngân hàng
은행 이체식 결제	thanh toán theo chuyển khoản ngân hàng
은행 인수	nhận làm việc ngân hàng
은행 자금 조달	cung cấp vốn ngân hàng
은행 제도	chế độ ngân hàng
은행 주식	cổ phần ngân hàng
은행 지원	chi viện ngân hàng
은행 지점	chi nhánh ngân hàng
은행 차입금	tiền vay mượn ngân hàng
은행 청구	thỉnh cầu ngân hàng
은행 추천	tiến cử ngân hàng
은행 추천장	thư tiến cử ngân hàng
은행 컨설팅	tư vấn ngân hàng
은행 할인율	tỷ lệ hạ giá ngân hàng
의뢰	nhờ cậy
• 선적 의뢰	nhờ cậy bốc lên tàu
• 송금 의뢰	nhờ cậy gửi tiền
• 수입 의뢰	nhờ cậy thu nhập
• 신용장 개설 의뢰	nhờ cậy khai sáng thư tín dụng
• 운송 의뢰	nhờ cậy vận chuyển
• 이체 의뢰	nhờ cậy chuyển khoản
• 지불 의뢰	nhờ cậy chi trả
의료 서비스	dịch vụ y tế
의무	nghĩa vụ
• 계약 의무	nghĩa vụ hợp đồng
• 공급 의무	nghĩa vụ cung cấp

• 국제 의무	nghĩa vụ quốc tế
• 단기 의무	nghĩa vụ thời hạn ngắn
• 러시아 연방으로부터의 자산 재반입 의무	nghĩa vụ đưa vào tư sản lại từ liên bang Nga
• 러시아 연방으로부터의 자산 재반출 의무	nghĩa vụ đưa ra tư sản lại từ liên bang Nga
• 보증 의무	nghĩa vụ bảo đảm
• 부채 의무	nghĩa vụ công nợ
• 상호 의무	nghĩa vụ lẫn nhau
• 쌍방 의무	nghĩa vụ đôi bên
• 약정 의무	nghĩa vụ ước định
• 장기 의무	nghĩa vụ trường kỳ
• 지급 의무	nghĩa vụ chi trả
의무 공급	cung cấp nghĩa vụ
의무 불입	nộp tiền nghĩa vụ
의무 사항	hạng mục nghĩa vụ
의무 예비비 기준	tiêu chuẩn tiền dự bị nghĩa vụ
의정서	nghị định thư
의정서 요약	tóm tắt nghị định thư
의정서 추가사항	hạng mục thêm nghị định thư
의정 협약	hiệp ước nghị định
이사	giám đốc
이사회	ban giám đốc
이사회 임원	viên chức ban giám đốc
이용	lợi dụng
이월금	tiền mang sang gửi
이윤 공제	khấu trừ lợi nhuận,
이윤 대체	thay thế lợi nhuận
이윤 범위 제한	giới hạn phạm vi lợi nhuận
이윤세	thuế lợi nhuận
이윤 신고	kê khai lợi nhuận
이윤액	số tiền lợi nhuận
이윤 참여	tham dự lợi nhuận

이율 기준	tiêu chuẩn lợi suất
이의 신청	xin nghĩa khác
이의 제기	nêu lên nghĩa khác
이의 제기서	thư nêu lên nghĩa khác
이의 제기 어음	hối phiếu nêu lên nghĩa khác
이익	ích lợi
• 견적 이익	ích lợi ước lượng
• 계상 이익	ích lợi tổng cộng
• 과세 이익	ích lợi đánh thuế
• 기대 이익	ích lợi mong đợi
• 납세 전 이익	ích lợi trước nộp thuế
• 납세후 이익	ích lợi sau nộp thuế
• 독점 이익	ích lợi độc quyền
• 상실 이익	ích lợi đánh mất
• 순이익	thuần lợi
• 신고 이익	ích lợi kê khai
• 예상 이익	ích lợi dự đoán
• 예상 초과 이익	ích lợi vượt quá dự đoán
• 장부 이익	ích lợi sổ sách
• 추정 이익	ích lợi đoán chừng
이익 공제금	tiền khấu trừ ích lợi
이익 배당금	tiền chia phần ích lợi
이익 배당금 지급	chi trả tiền chia phần ích lợi
이익 배분	phân phối ích lợi
이익 지급	chi trả ích lợi
이익 지분	chi phận ích lợi
이자	lãi
• 가산 이자	tiền lãi cộng thêm
• 당좌 대월 이자	tiền lãi số tiền rút quá tài khoản
• 대부 이자	tiền lãi cho vay
• 대출 이자	tiền lãi cho thuê
• 수수료 비율	tỷ lệ tiền thù lao
• 연이자	tiền lãi một năm
• 예금 이자	tiền lãi tiền tiết kiệm

• 은행 이자	tiền lãi ngân hàng
• 적립 이자	tiền lãi tích lũy
이자 계산	kế toán tiền lãi
이자 공제금	tiền khấu trừ lãi
이자 소득	lợi tức lãi
이자식 납입	nộp tiền theo lãi
이자율	tỷ lệ lãi
이자 지급	chi trả lãi
이자 지급 채권	trái khoán chi trả lãi
이전	chuyển giao
이전권	quyền chuyển giao
이중 관세	thuế quan hai lần
이중 담보 대출	cho thuê thế chấp hai lần
이중 보증	bảo đảm hai lần
이중율	tỷ lệ hai lần
이차 사용자	người sử dụng lần hai
이체	chuyển khoản
• 계좌 이체	chuyển khoản tài khoản
• 예산 이체	chuyển khoản ngân sách
• 자금 이체	chuyển khoản tiền vốn
• 이체 의뢰	nhờ cậy chuyển khoản
이행	thực hiện
• 계약 이행	thực hiện hợp đồng
• 부적절 이행	thực hiện không thích đáng
• 수출 이행	thực hiện xuất khẩu
• 적정 이행	thực hiện hợp lẽ
• 주문 이행	thực hiện đặt hàng
• 지불 이행	thực hiện chi trả
이행 수수료	tiền thù lao thực hiện
인가	thừa nhận
인도	chuyển giao
인도 수령증서	biên nhận chuyển giao
인센티브(자극)	kích thích

인쇄 광고	quảng cáo in
인수	nhận
• 계산서 인수	nhận giấy tính tiền
• 무기명 인수	nhận không ký tên
• 무조건 인수	nhận không điều kiện
• 상업 서류 인수	nhận tài liệu thương mại
• 수표 인수	nhận ngân phiếu
• 어음 인수	nhận hối phiếu
• 은행 인수	nhận ngân hàng
인수 거부 수표	ngân phiếu không nhận
인수 대부	cho vay nhận
인수도 서류	tài liệu nhận
인수도 어음	hối phiếu nhận
인수부 공급	cung cấp nhận
인수 부도 위험	nguy hiểm phá sản nhận
인수 송장	giấy gửi nhận
인수 수수료	tiền thù lao nhận
인수 수표	ngân phiếu nhận
인수 시험	thi nhận
인수 유예금	tiền trì hoãn nhận
인수 은행	ngân hàng nhận
인수 조서	biên bản nhận
인수증	giấy chứng nhận
인수 통보	thông báo nhận
인장	con dấu
인증 제품	chế phẩm xác nhận
인플레이션	lạm phát
인하	hạ xuống
일괄	đồng loạt
일괄 계약	hợp đồng đồng loạt
일괄 공급	cung cấp đồng loạt
일괄 도급 계약	hợp đồng giao kèo đồng loạt
일괄 보너스	tiền thưởng đồng loạt

일괄 불입	nộp đồng loạt
일괄 선임	chọn lựa bổ nhiệm đồng loạt
일괄 설비	thiết bị đồng loạt
일괄 용선	sử dụng tàu đồng loạt
일괄 융자	cho vay đồng loạt
일괄 주문	đặt hàng đồng loạt
일괄 지급	chi trả đồng loạt
일괄 허가	cho phép đồng loạt
일람 불대출	không cho thuê xem
일람 붙어음	không hối phiếu xem
일람표	bản biểu
일반 계약	hợp đồng thường
일반 보험 증서	chứng thư bảo hiểm thường
일반 비자	thị thực thường
일반 사증	thị thực thường
일반 용선	sử dụng tàu thường
일반 조건	điều kiện thường
일반 주식	cổ phần thường
일반 해손	tổn thất biển thường
일반 해손 정산	tính toán kỹ tổn thất thường
일반 허가	cho phép thường
일반 허가에 따른 자산 통과 허가	cho phép thông qua tư sản theo cho phép thường
일반 화물	hàng hóa thường
일방 어음 교환	trao đổi hối phiếu một chiều
일부 화물	một số hàng hóa
일시 보상	bồi thường nhất thời
일시불	tiền mặt trả hết
일정	nhật trình
・공급 일정	nhật trình cung cấp
・선적 일정	nhật trình bốc lên tàu
・업무 일정	nhật trình nghiệp vụ
・지급 일정	nhật trình chi trả

아

일정표	bảng nhật trình
일차 권리	quyền lợi lần một
일차 어음	hối phiếu lần một
일회 공급	cung cấp một lần
일회성 대출	cho thuê tính một lần
일회 지급	chi trả một lần
임금 적립금	tiền dành dụm tiền lương
임대	cho vay
· 단기 임대	cho vay thời hạn ngắn
· 장기 임대	cho vay trường kỳ
· 장소 임대	cho vay nơi
· 진열대 임대	cho vay giá trưng bày
임대료	tiền cho thuê
임대료 지급	chi trả tiền cho thuê
임대 서비스	dịch vụ cho thuê
임대 소득	lợi tức cho thuê
임대인측 대리인	người đại diện bên cho thuê
임대 자산	tư sản cho thuê
임대차 계약	hợp đồng cho thuê
임대차 협약	hiệp ước cho thuê
임명	bổ nhiệm
임시 대차 대조표	bảng cân đối tài sản tạm
임시 반입	đưa vào tạm thời
임시 사용	sử dụng tạm thời
임원단	đoàn cán bộ
임차	cho thuê
임차인	người cho thuê
입국 비자	visa nhập cảnh
입국 사증	thị thực nhập cảnh
입금	nộp tiền
입금 전표	phiếu ghi nhận nộp tiền
입금증	chứng chỉ nộp tiền
입찰	đấu thầu

입찰 서류 작성	làm tài liệu đấu thầu
입찰 참가	tham gia đấu thầu
입찰 참여 신청서	đơn xin tham dự đấu thầu
입출 증명 발급	cấp cho chứng minh ra vào
잉여 가격	giá dư thừa

아

사

자

자

자

자

자

자격 증명	chứng minh tư cách
자금	tiền vốn
• 계좌 예금 자금	tiền vốn tiết kiệm tài khoản
• 기업 자금	tiền vốn xí nghiệp
• 납입 자금	tiền vốn nộp vào
• 내부 자금	tiền vốn nội bộ
• 독립 채산 기관 자금	tiền vốn cơ quan tính toán lời lãi độc lập
• 동결 자금	tiền vốn đông kết
• 비유동 자금	tiền vốn không lưu động
• 순환 자금	tiền vốn tuần hoàn
• 신용 자금	tiền vốn tín dụng
• 유동 자금	tiền vốn lưu động
• 유입 자금	tiền vốn du nhập
• 차입 자금	tiền vốn vay mượn
자금 도입	mở đầu tiền vốn
자금 이체	chuyển khoản tiền vốn
자금 조달	cung cấp tiền vốn
• 국가 자금 조달	cung cấp tiền vốn quốc gia
• 대외 경제 활동 자금 조달	cung cấp tiền vốn hoạt động kinh tế đối ngoại
• 무역 자금 조달	cung cấp tiền vốn mậu dịch
• 비상환 자금 조달	cung cấp tiền vốn không trả lại
• 수입 자금 조달	cung cấp tiền vốn nhập khẩu
• 수출 자금 조달	cung cấp tiền vốn xuất khẩu
• 은행 자금 조달	cung cấp tiền vốn ngân hàng
• 장기 자금 조달	cung cấp tiền vốn trường kỳ
• 중기 자금 조달	cung cấp tiền vốn trung kỳ
• 참여 자금 조달	cung cấp tiền vốn tham dự
• 합작 자금 조달	cung cấp tiền vốn hợp tác
자금 축적	tích lũy tiền vốn
자급	tự cấp
자기앞 수표	ngân phiếu của mình
자동 선적	bốc lên tàu tự động
자동 연장 대부	cho vay kéo dài tự động

자동차 대열	hàng ngũ xe hơi
자료 은행	ngân hàng tài liệu
자발적 보험	bảo hiểm tự nguyện
자본	tư bản
• 개인 자본	tư bản cá nhân
• 고정 자본	tư bản cố định
• 기업 자본	tư bản xí nghiệp
• 대부 자본	tư bản cho vay
• 대출 자본	tư bản cho thuê
• 설립 자본	tư bản thiết lập
• 순환 자본	tư bản tuần hoàn
• 예비 자본	tư bản dự bị
• 외국 자본	tư bản nước ngoài
• 유동 자본	tư bản lưu động
• 주식 자본	tư bản cổ phần
• 투자 자본	tư bản đầu tư
자본 납입	nộp tư bản
자본 납입 융자	cho vay nộp tư bản
자본 비용	chi phí tư bản
자본 시장	thị trường tư bản
자본 지분	chi phận tư bản
자본 지출	chi trả tư bản
자본 지출금	tiền chi trả tư bản
자본 투입 효율성	tính hiệu suất đưa vào tư bản
자본 투자	đầu tư tư bản
자산	tư sản
• 계좌 예금 자산	tư bản tiền tiết kiệm tài khoản
• 고정 자산	tư bản cố định
• 기업 자산	tư sản xí nghiệp
• 단기간 처분되지 않은 자산	tư sản không xử lý thời hạn ngắn
• 대여 자산	tư sản cho vay
• 동결 자산	tư sản đông kết
• 러시아 연방으로 임시 반입된 자산	tư sản đưa vào tạm liên bang Nga

• 러시아 연방으로부터 임시 반출된 자산	tư sản đưa ra tạm từ liên bang Nga
• 박람회 자산	tư bản hội chợ
• 사자산	tư sản tư nhân
• 수입 자산	tư sản nhập khẩu
• 예비 자산	tư sản dự bị
• 외국환 자산	tư sản ngoại hối
• 유동 자산	tư sản lưu động
• 임대 자산	tư sản thuê
• 통화 자산	tư sản tiền tệ
• 회수 자산	tư sản thu hồi
자산세	thuế tư sản
자산 손실	tổn thất tư sản
자산에 대한 징수	thu thuế về tư sản
자산적 관심	quan tâm tư sản
자산 항목	hạng mục tư sản
자산 현금화 가능성	tính khả năng tiền mặt hóa tư sản
자연 소멸	đốt sạch tự nhiên
자원	tài nguyên
자유 경제 지역	khu vực kinh tế tự do
자유 관세 지역	khu vực thuế quan tự do
자유 무역 지대	khu vực mậu dịch tự do
자유 변동 화폐	tiền tệ biến động tự do
자유 보관	bảo quản tự do
자유 통화	tiền tệ tự do
자유화	tự do hóa
• 대외 경제 관계 자유화	tự do hóa quan hệ kinh tế đối ngoại
• 무역 자유화	tự do hóa mậu dịch
• 수입 자유화	tự do hóa nhập khẩu
자재 가치	giá trị vật tư
자재 비용	chi phí vật tư
자재 소요량	lượng cần thiết vật tư
자체 금융 조달	cung cấp tài chính bản thân

자체 통화 금융 조달	cung cấp tài chính tiền tệ bản thân
자회사	công ty mình
작동 마멸	hao mòn tác động
작동 시험	thử tác động
작업	làm việc
작업 계획	kế hoạch làm việc
작업 통지서	bản thông báo làm việc
잔고	tồn khoản
잔여 가격	giá tàn dư
잠재력	sức tiềm ẩn
잠재 비용	chi phí tiềm ẩn
잠재 파트너	đối tác tiềm ẩn
잡비 배정	sắp xếp phí linh tinh
잡비용	chi phí linh tinh
잡지	tạp chí
잡지 광고	quảng cáo tạp chí
장거리 운송	vận chuyển đường dài
장관	bộ trưởng
장기 계약	hợp đồng trường kỳ
장기 납입	nộp trường kỳ
장기 대부	cho vay trường kỳ
장기 대출	cho thuê trường kỳ
장기 신용장	thư tín dụng trường kỳ
장기 어음	hối phiếu trường kỳ
장기 융자	cho vay trường kỳ
장기 의무	nghĩa vụ trường kỳ
장기 임대	cho thuê trường kỳ
장기 자금 조달	cung cấp tiền vốn trường kỳ
장기 채권	trái khoán trường kỳ
장기 협력	hiệp lực trường kỳ
장기 협약	hiệp ước trường kỳ
장려금	tiền khích lệ
장벽	bức tường

장부 이익	lợi ích sổ sách
장비	trang bị
장소 임대	nơi cho thuê
장애	trở ngại
재계류	tái buộc
재계산	tái tính toán
재고	tồn kho
· 계획 재고	tồn kho kế hoạch
· 계획 초과 재고	tồn kho vượt quá kế hoạch
· 금보유고	vàng sở hữu
· 상품 자재 재고	tồn kho hàng vật tư
· 상품 재고	tồn kho hàng
· 예비 재고	tồn kho dự bị
· 완제품 재고	tồn kho thành phẩm
· 현물 재고	tồn kho hiện vật
재고 물품 담보 대출	cho thuê thế chấp hàng tồn kho
재고품 처리	xử lý hàng tồn kho
재래 수출	xuất khẩu thường
재래 시장	thị trường thường
재료	tài liệu
재무	tài vụ
재무 감사	thanh tra tài vụ
재무 결산	kết toán tài vụ
재무 기반	cơ sở tài vụ
재무 보증	bảo đảm tài vụ
재무 분석	phân tích tài vụ
재무 수지	thu chi tài vụ
재무 연도	năm tài vụ
재무 예산	ngân sách tài vụ
재무 이사	giám đốc tài vụ
재무 프로그램	chương trình tài vụ
재반입	đưa vào lại
재반입 신청서	đơn xin đưa vào lại

자

재발송	gửi đi lại
재보험	tái bảo hiểm
재보험 증서	chứng thư tái bảo hiểm
재산	tài sản
재산 가치	giá trị tài sản
재산권	quyền tài sản
재산 보험	bảo hiểm tài sản
재생산	tái sản xuất
재생산 보증	bảo đảm tái sản xuất
재수속	thủ tục lại
재수입	nhập khẩu lại
재수출	xuất khẩu lại
재수출 거래	giao dịch xuất khẩu lại
재수출 금지	cấm xuất khẩu lại
재수출 상품	hàng xuất khẩu lại
재수출 승인	chấp nhận xuất khẩu lại
재양도	chuyển nhượng lại
재용선	sử dụng tàu lại
재원	tài nguyên
재임대차	cho thuê lại
재적립	tái tích lũy
재정	tài chính
재정산	tái thanh toán
재정 참여	tham dự tài chính
재투자	tái đầu tư
재판매	bán lại
재평가	đánh giá lại
재포장	đóng gói lại
재포장 비용	chi phí đóng gói lại
재할인	hạ giá lại
재할인 어음	hối phiếu hạ giá lại
재화	tai họa
재화 비용	chi phí tai họa

저당	cầm đồ
저당권	quyền cầm đồ
저당 증서	giấy chứng nhận cầm đồ
저자 우선권	quyền ưu tiên tác giả
저작권	bản quyền
저장	chất kho
저장소	nơi chất kho
저축 계좌	tài khoản tiết kiệm
저축 은행	ngân hàng tiết kiệm
저항권	quyền chống đỡ
적립금	tiền dành dụm
• 동결 적립금	tiền dành dụm đông kết
• 보험 적립금	tiền dành dụm bảo hiểm
• 상여 적립금	tiền dành dụm tiền thưởng
• 상환 적립금	tiền dành dụm trả lại
• 유동 적립금	tiền dành dụm lưu động
• 임금 적립금	tiền dành dụm tiền lương
적립 납입	nộp tích lũy
적립 은행	ngân hàng tích lũy
적립 이자	lãi tích lũy
적용	áp dụng
적자	hao hụt
• 금융 적자	hao hụt tài chính
• 당좌 계정 적자	hao hụt tài khoản
• 대외 무역 적자	hao hụt mậu dịch đối ngoại
• 무역 수지 적자	hao hụt thu chi mậu dịch
• 외환 적자	hao hụt ngoại hối
• 지불 계정 적자	hao hụt tài khoản chi trả
적재	chất hàng
적재 기준	tiêu chuẩn chất hàng
적재 수량	số lượng chất hàng
적재 정량	định lượng chất hàng
적재 정량 화물	hàng hóa định lượng chất hàng

적재 화물	hàng hóa chất hàng
적정 가격	giá cả hợp lý
적정 가격 인하	hạ giá hợp lý
적정 이행	thực hiện hợp lý
적정 품질	chất lượng hợp lý
적하	bốc lên hàng
적하 보험	bảo hiểm bốc lên hàng
전권 대리인	người đại diện toàn quyền
전권 대표	đại biểu toàn quyền
전권 양도	chuyển nhượng toàn quyền
전당권	quyền thế chấp
전대차	cho vay lại
전도금	tiền tạm ứng
전문가	nhà chuyên môn
• 경제 문제 전문가	nhà chuyên môn vấn đề kinh tế
• 마케팅 전문가	nhà chuyên môn tiếp thị
• 무역 전문가	nhà chuyên hôn mậu dịch
• 물자 기술 공급 전문가	nhà chuyên môn cung cấp kỹ thuật hàng hóa
• 상업 전문가	nhà chuyên môn thương mại
• 운송 전문가	nhà chuyên môn vận chuyển
• 화물 운송 전문가	nhà chuyên môn vận chuyển hàng hóa
전문 검사	kiểm tra chuyên môn
전문 박람회	hội chợ chuyên môn
전문 시장	thị trường chuyên môn
전문 용어	từ ngữ chuyên môn
• 고정 전문 용어	từ ngữ chuyên môn cố định
• 단일 전문 용어	từ ngữ chuyên môn đơn nhất
• 상품 전문 용어	từ ngữ chuyên môn hàng
• 서비스 전문 용어	từ ngữ chuyên môn dịch vụ
• 수출입 공급 전문용어	từ ngữ chuyên môn cung cấp xuất nhập khẩu
• 제품 전문 용어	từ ngữ chuyên môn chế phẩm
전문화	chuyên môn hóa

전문화 및 생산 협력에 관한 계약	hợp đồng về hiệp lực sản xuất và chuyên môn hóa
전손 보험	bảo hiểm toàn tổn thất
전손 약관	quy định toàn tổn thất
전손 조서	biên bản toàn tổn thất
전시	trưng bày
전시 광고	quảng cáo trưng bày
전시대	giá trưng bày
전시장	nơi trưng bày
전시 판매 박람회	hội chợ bán trưng bày
전시 판매장	nơi bán trưng bày
전시품	hàng trưng bày
전시회	hội trưng bày
전신 추심	lấy lại điện tín
전신환 송금율	tỷ lệ gửi tiền bằng điện tín
전용	chuyên dụng
전쟁	đấu tranh
·가격 전쟁	đấu tranh giá cả
·관세 전쟁	đấu tranh thuế quan
·무역 전쟁	đấu tranh mậu dịch
·통화 금융 전쟁	đấu tranh tài chính tiền tệ
·통화 전쟁	đấu tranh tiền tệ
전통 시장	thị trường truyền thống
전표	giấy biên nhận
절약	tiết kiệm
접견실	phòng tiếp tân
정가	đúng giá
정관	quy định
정관 기금	quỹ quy định
정관 납입 기금 회수	thu hồi quỹ nộp quy định
정규 근무 시간중 검사	kiểm tra trong thời gian làm việc chính quy
정기불 어음	hối phiếu định kỳ nộp

자

정기 예금	tiền tiết kiệm định kỳ
정기 위치	vị trí định kỳ
정기 점검 서비스	dịch vụ kiểm điểm định kỳ
정기 항로	đường chính
정박 대기	chờ neo
정박일	ngày neo
정보 서비스	dịch vụ tình báo
정보 은행	ngân hàng tình báo
정부 가격	giá chính phủ
정부간 협정	hiệp định giữa chính phủ
정부 구매	mua hàng chính phủ
정부 부처 및 기구 조직	tổ chức cơ cấu và các bộ chính phủ
정부 수입	thu nhập chính phủ
정비	bảo trì
정산	thanh toán
정정	đính chính
정지 계좌	tài khoản đình chỉ
정착화	định cư hóa
정책	chính sách
• 가격 정책	chính sách giá cả
• 경제 정책	chính sách kinh tế
• 대외 경제 정책	chính sách kinh tế đối ngoại
• 대외 무역 정책	chính sách mậu dịch đối ngoại
• 무역 정책	chính sách mậu dịch
• 신용 정책	chính sách tín dụng
• 통화 정책	chính sách tiền tệ
정해진 시한내 미지불	không chi trả theo trong thời hạn đã quyết định
정회원	hội viên thường trực
제 3국 법원	tòa án đề tam quốc
제도	chế độ
• 국경 화물 통과 허가 제도	chế độ cho phép thông qua hàng hóa biên giới
• 금융 제도	chế độ tài chính

• 수출입 허가 제도	chế độ cho phép xuất nhập khẩu
• 신용 제도	chế độ tín dụng
• 은행 제도	chế độ ngân hàng
제의	đề nghị
제재	chế tài
• 경제 제재	chế tài kinh tế
• 과태료 제재	chế tài tiền phạt không chấp hành nghĩa vụ
• 금융 제재	chế tài tài chính
• 무역 제재	chế tài mậu dịch
• 약정 제재	chế tài ước định
제조 공장	nhà máy chế tạo
제조 업자	người kinh doanh chế tạo
제조 증명서	giấy chứng minh chế tạo
제조 표시	biểu thị chế tạo
제품	chế phẩm
• 경쟁 제품	chế phẩm cạnh tranh
• 고급 제품	chế phẩm cao cấp
• 공장 제품	chế phẩm nhà máy
• 대량 생산 제품	chế phẩm sản xuất đại lượng
• 동반 제품	chế phẩm đi cùng
• 상호 공급 제품	chế phẩm cung cấp lẫn nhau
• 수입 대체품	phẩm thay thế nhập khẩu
• 수입품	hàng nhập khẩu
• 수출품	hàng xuất khẩu
• 시장성 제품	chế phẩm tính thị trường
• 연속 제품	chế phẩm liên tục
• 완전 구비품	hàng đầy đủ hoàn toàn
• 완제품	thành phẩm
• 인증 제품	chế phẩm xác nhận
• 특허성 제품	chế phẩm tính đặc hứa
• 판매된 제품	hàng đã bán
• 하이테크 제품	hàng kỹ thuật khoa học mũi nhọn
제품 및 기술에 대한 허가	cho phép về kỹ thuật và chế phẩm
제품 보유고	kho sở hữu chế phẩm

제품 생산	sản xuất chế phẩm
제품 전문 용어	từ ngữ chuyên môn chế phẩm
제품 증명서	giấy chứng minh chế phẩm
제품 판매	bán chế phẩm
제품 품질	chất lượng chế phẩm
제한	giới hạn
·관세 제한	giới hạn thuế quan
·무역 제한	giới hạn mậu dịch
·비관세 제한	giới hạn không đánh thuế
·수입 제한	giới hạn nhập khẩu
·수출 제한	giới hạn xuất khẩu
·이윤 범위 제한	giới hạn phạm vi lợi nhuận
·통화 제한	giới hạn tiền tệ
제한 배서	ký hậu giới hạn
제한 승낙	cho phép giới hạn
제한적 비즈니스 실무	việc làm thực tế kinh doanh giới hạn
제한 허가	cho phép giới hạn
제휴	hợp tác
조건	điều kiện
·거래 조건	điều kiện giao dịch
·계약 조건	điều kiện hợp đồng
·공급 조건	điều kiện cung cấp
·교역 조건	điều kiện giao dịch
·기본 조건	điều kiện cơ bản
·기술 조건	điều kiện kỹ thuật
·선적 조건	điều kiện bốc lên hàng
·신용 대출 변제 조건	điều kiện bồi hoàn cho thuê tín dụng
·신용 대출 조건	điều kiện cho thuê tín dụng
·우대 조건	điều kiện ưu đãi
·운송 조건	điều kiện vận chuyển
·일반 조건	điều kiện thường
·지불 조건	điều kiện chi trả
조건 변경	biến đổi điều kiện
조건부 선화 증권	chứng khoán giá trị theo điều kiện

조건부 승낙	cho phép theo điều kiện
조립 관리	quản lý lắp ráp
조사	điều tra
조사인	người điều tra
조서	biên bản
조세 우대	ưu đãi tô thuế
조세 쿼터	định mức tô thuế
조절	điều chỉnh
조정	điều đình
조정 기관	cơ quan điều đình
조직	tổ chức
조직 사회 기반 시설	thiết bị cơ sở xã hội tổ chức
조직 위원회	ủy ban tổ chức
조직 인가	cho phép tổ chức
조직 컨설팅	tư vấn tổ chức
조치	quản lý
조합	tổ hợp
조합 공급 업무	nghiệp vụ cung cấp tổ hợp
조합 기업	xí nghiệp tổ hợp
조합비 가입 은행	ngân hàng gia nhập tiền tổ hợp
조합비 가입자	người gia nhập tiền tổ hợp
조합식 수출입 물량	số lượng nguyên liệu xuất nhập khẩu theo tổ hợp
조합원	tổ hợp viên
조합 자산	tư sản tổ hợp
조합체	tổ hợp thể
조합 협약	hiệp ước tổ hợp
조항	điều khoản
조회	triều hội
종가세	thuế theo giá hàng
종량세	thuế định theo trọng lượng
종류	loại
종별	phân loại

자

종이 박스 포장 화물	hàng hóa đóng gói thùng giấy
종합 공급	cung cấp tổng hợp
종합 대리점	điểm đại lý tổng hợp
종합 설비	thiết bị tổng hợp
종합 프로그램	chương trình tổng hợp
종합 화물	hàng hóa tổng hợp
주머니 포장 화물	hàng hóa đóng gió bọc
주문	đặt hàng
・견본 주문	đặt hàng mẫu
・국가 주문	đặt hàng quốc gia
・상품 주문	đặt hàng
・수출 주문	đặt hàng xuất khẩu
・시험 주문	đặt hàng thử
・일괄 주문	đặt đồng loạt
・확정 주문	đặt xác định
주문량	số lượng đặt
주문서	thư đặt hàng
주문 이행	thực hiện đặt
주문자	người đặt hàng
주문장	giấy đặt hàng
주문 취소	hủy bỏ đặt hàng
주문품 통지서	bản thông báo hàng đặt
주사무소	văn phòng chính
주식	cổ phần
・기명 주식	cổ phần ký tên
・무기명 주식	cổ phần không ký tên
・발기인 주식	cổ phần người đề xuất
・예탁 주식	cổ phần ký thác
・우선 주식	cổ phần ưu tiên
・은행 주식	cổ phần ngân hàng
・일반 주식	cổ phần thường
주식 거래	giao dịch cổ phần
주식 거래소	nơi giao dịch cổ phần

주식 거래 중개인	người trung gian giao dịch cổ phần
주식 매입	mua cổ phần
주식 발행	phát hành cổ phần
주식 소유인	người sở hữu cổ phần
주식 시세	thời thế cổ phần
주식 은행	ngân hàng cổ phần
주식 자본	tư bản cổ phần
주식 자본 참여	tham dự tư bản cổ phần
주식 중개인	người trung gian cổ phần
주식 회사	công ty cổ phần
주식 회사 정관	quy định công ty cổ phần
주식 회사 지분	chi phận công ty cổ phần
주요 출품자	người trưng bày chủ yếu
주주	cổ đông
주화	đúc tiền
준비	chuẩn bị
· 상품 선적 준비	chuẩn bị bốc hàng lên
· 상품 인수 준비	chuẩn bị nhận hàng
· 설비 가동 준비	chuẩn bị khởi động thiết bị
· 양륙을 위한 선박 준비	chuẩn bị tàu để vận chuyển hành lý
중개	môi giới
중개업	nghề môi giới
중개 거래	giao dịch môi giới
중개 구매	mua môi giới
중개료	tiền môi giới
중개 서비스	dịch vụ môi giới
중개 수수료	tiền thù lao môi giới
중개 업무	nghiệp vụ môi giới
중개인	người trung gian
· 거래 중개인	người trung gian giao dịch
· 경매 중개인	người trung gian bán đấu giá
· 매입 중개인	người trung gian mua
· 보험 중개인	người trung gian bảo hiểm

•선박 중개인	người trung gian tàu
•선주측 중개인	người trung gian bên chủ tàu
•용선 중개인	người trung gian sử dụng tàu
•주식 거래 중개인	người trung gian giao dịch cổ phần
•주식 중개인	người trung gian cổ phần
•지불 보증 중개인	người trung gian bảo đảm chi trả
•판매 중개인	người trung gian bán hàng
중개 판매	bán hàng trung gian
중개 회사	công ty trung gian
중기 대출	cho thuê trung kỳ
중기 융자	cho vay trung kỳ
중기 자금 조달	cung cấp tiền vốn trung kỳ
중량	trọng lượng
•건조 중량	trọng lượng chế tàu
•검사 중량	trọng lượng kiểm tra
•생중량	trọng lượng sống
•선적 전 중량	trọng lượng trước bốc lên tàu
•선적 중량	trọng lượng bốc lên tàu
•선적 후 중량	trọng lượng sau bốc lên tàu
•선하증권 중량	trọng lượng chứng khoán có giá trị
•송장 중량	trọng lượng giấy vận chuyển
•순중량	trọng lượng ròng
•순중량 대비 총중량	tổng trọng lượng so với trọng lượng ròng
•실중량	trọng lượng thực tế
•초과 중량	trọng lượng vượt quá
•포장 중량	trọng lượng đóng gói
•표준 중량	trọng lượng tiêu chuẩn
•하역 후 중량	trọng lượng sau xuống hàng
중량 구매	mua trọng lượng
중량 명세서	bản kê khai trọng lượng
중량 미달	chưa đạt trọng lượng
중량 부족	thiếu thốn trọng lượng
중량세	thuế trọng lượng
중량차	chênh lệch trọng lượng

중량 판매	bán trọng lượng
중앙 은행	ngân hàng trung ương
중요하지 않은 결함	khuyết điểm không quan trọng
중재	trọng tài
• 국가 중재	trọng tài quốc gia
• 국제 중재	trọng tài quốc tế
• 다자간 중재	trọng tài giữa nhiều người
• 대외 무역 중재	trọng tài mậu dịch đối ngoại
• 상사 중재	trọng tài hãng buôn
• 상품 중재	trọng tài hàng
• 외환 중재	trọng tài ngoại tệ
중재료	tiền trọng tài
중재 보호	bảo hộ trọng tài
중재 불입금	tiền góp trọng tài
중재 비용	chi phí trọng tài
중재 상고	thượng cáo trọng tài
중재 수수료	tiền thù lao trọng tài
중재 약관	quy định trọng tài
중재자	người trọng tài
중재 판례	phán lệ trọng tài
중재 협약	hiệp ước trọng tài
즉시 공급	cung cấp ngay
즉시 공급 계약	hợp đồng cung cấp ngay
즉시 매각 처분이 불가능한 자산	tư sản không thể xử lý bán ngay
즉시 인도 판매	bán dẫn độ ngay
즉시 지급	chi trả ngay
즉시 지급 추심	lấy lại chi trả ngay
증권	chứng khoán
증명서	giấy chứng minh
• 검역 증명서	giấy chứng minh kiểm dịch
• 과세 증명서	giấy chứng minh thuế
• 보관 증명서	giấy chứng minh bảo quản

자

- 보증 증명서 giấy chứng minh bảo đảm
- 상품 원산지 증명서 giấy chứng minh nước sản xuất hàng
- 수의 보건 증명서 giấy chứng minh y tế thú y
- 시험 증명서 giấy chứng minh thi
- 원산지 증명서 giấy chứng minh nước sản xuất
- 위생 증명서 giấy chứng minh vệ sinh
- 제조 증명서 giấy chứng minh chế tạo
- 제품 증명서 giấy chứng minh chế phẩm
- 창고 증명서 giấy chứng minh kho
- 품질 증명서 giấy chứng minh chất lượng

증명 발급 cấp phát chứng minh
증명 수수료 tiền thù lao chứng minh
증서 chứng thư
- 감정 증서 chứng thư giám định
- 검사 증서 chứng thư kiểm tra
- 납입 증서 chứng thư nộp tiền
- 담보 증서 chứng thư thế chấp
- 대리 증서 chứng thư đại lý
- 법적 양도 증서 chứng thư dẫn độ theo pháp luật
- 상업 증서 chứng thư thương mại
- 선박 검사관 증서 chứng thư kiểm tra viên tàu
- 세관 검사 증서 chứng thư kiểm tra thuế quan
- 세관 증서 chứng thư thuế quan
- 수령 증서 chứng thư nhận lấy
- 시험 증서 chứng thư thi
- 양도 증서 chứng thư chuyển nhượng
- 예금 증서 chứng thư tiền tiết kiệm
- 인도 수령 증서 chứng thư nhận chuyển giao
- 저당 증서 chứng thư cầm đồ
- 창고 증서 chứng thư kho
- 통화 시장 증서 chứng thư thị trường tiền tệ
- 통화 증서 chứng thư tiền tệ
- 표준 증서 chứng thư tiêu chuẩn
- 해손 증서 chứng thư tổn thất biển
- 화물 압류 증서 chứng thư tịch thu hàng hóa
- 화물 증서 chứng thư hàng hóa

증서 교부	trao chứng thư
증정본	bản để biếu
지급	chi trả
• 거래 지급	chi trả giao dịch
• 계약 지급	chi trả hợp đồng
• 계좌 개설에 따른 지급	chi trả theo mở tài khoản
• 금전 보상 지급	chi trả bồi thường tiền
• 납입 대체 지급	chi trả thay thế nộp tiền
• 당좌 지급	chi trả tài khoản
• 로열티 지급	chi trả bản quyền tác giả
• 보증 지급	chi trả bảo đảm
• 보험 지급	chi trả bảo hiểm
• 분할 지급	chi trả phân chia
• 비과세 지급	chi trả không đánh thuế
• 비상업성 지급	chi trả tính không thương mại
• 비현금 지급	chi trả không tiền mặt
• 사용료 지급	chi trả tiền sử dụng
• 선급금 지급	chi trả tiền trả trước
• 수표 지급	chi trả ngân phiếu
• 순지급	chi trả ròng
• 순차 지급	chi trả thay phiên nhau
• 신용장식 지급	chi trả theo thư tín dụng
• 신용장 지급	chi trả thư tín dụng
• 신용 지급	chi trả tín dụng
• 이익 배당금 지급	chi trả tiền chia phần lợi ích
• 이익 지급	chi trả lợi ích
• 이자 지급	chi trả tiền lãi
• 일괄 지급	chi trả đồng loạt
• 일시 지급	chi trả nhất thời
• 일회 지급	chi trả một lần
• 임대료 지급	chi trả tiền sang nhà
• 즉시 지급	chi trả ngay
• 추심식 지급	chi trả theo lấy lại
• 현금 지급	chi trả tiền mặt
지급 계정	tài khoản chi trả

자

지급 계좌	tài khoản chi trả
지급 능력이 있는 소비자	người tiêu dùng theo có khả năng chi trả
지급 보증	bảo đảm chi trả
지급부 공급	cung cấp theo chi trả
지급 불능	không khả năng chi trả
지급 서류 담보 대출	cho thuê thế chấp tài liệu chi trả
지급 수령인	người nhận chi trả
지급 연기	kéo dài chi trả
지급 유예	trì hoãn chi trả
지급 의무	nghĩa vụ chi trả
지급인	người chi trả
지급일	ngày chi trả
지급 일정	nhật trình chi trả
지급 정지	đình chỉ chi trả
지급증	giấy tờ chi trả
지대	khu vực
지방세	thuế địa phương
지분	chi phận
• 이익 지분	chi phận lợi ích
• 자본 지분	chi phận tư bản
• 주식 회사 지분	chi phận công ty trách nhiệm hữu hạn
• 참여 지분	chi phận tham dự
지분 참여	tham dự chi phận
지불	chi trả
지불 계정 적자	hao hụt tài khoản chi trả
지불 공제	khấu trừ chi trả
지불 금액	tiền chi trả
지불 기한	thời hạn chi trả
지불 기한 초과	vượt quá thời hạn chi trả
지불 능력	khả năng chi trả
지불 능력 조회	đối chiếu khả năng chi trả
지불 무능력자	người không khả năng chi trả

지불 보증 중개인	người trung gian bảo đảm chi trả
지불 분할	phân chia chi trả
지불 연기	kéo dài chi trả
지불 연체	chậm trễ chi trả
지불 요구에 의한 결제	thanh toán theo yêu cầu chi trả
지불 이행	thực hiện chi trả
지불 유예금	tiền trì hoãn chi trả
지불 의뢰	nhờ cậy chi trả
지불 의뢰에 의한 결제	thanh toán theo nhờ cậy chi trả
지불 장소 지정 어음	hối phiếu chỉ định nơi chi trả
지불 조건	điều kiện chi trả
지불 청구	thỉnh cầu chi trả
지불 통보	thông báo chi trả
지사	chi cục
지사 규범	quy phạm chi cục
지소	chỉ số
지시	chỉ thị
지시서	bản chỉ thị
지시식 선하 증권	chứng khoán có giá trị có chỉ thị
지시식 수표	ngân phiếu có chỉ thị
· 국경 지역	khu biên giới
· 비치외법권 지역	khu không đặc quyền ngoại giao
· 자유 경제 지역	khu kinh tế tự do
· 자유 관세 지역	khu thuế quan tự do
· 자유 무역 지대	khu mậu dịch tự do
· 치외법권 지역	khu đặc quyền ngoại giao
· 통화 지역	khu tiền tệ
· 특혜 관세 지역	khu thuế quan đặc hứa
· 합작 기업 지역	khu xí nghiệp hợp tác
지역 가격	giá cả khu
지역 규범	quy phạm khu
지역 기술 설비 비용	chi phí thiết bị kỹ thuật khu
지역별 가격 결정	quyết định giá cả theo khu

지연	hoãn lại
지점	địa điểm
• 국경 지점	địa điểm biên giới
• 반입지	nơi đưa vào
• 반출지	nơi đưa ra
• 발송지	nơi gửi đi
• 선적지	nơi bốc lên hàng
• 수입지	nơi nhập khẩu
• 수출지	nơi xuất khẩu
• 지정 지점	địa điểm chỉ định
• 통과지	nơi thông qua
• 하역지	nơi xuống hàng
• 화물 도착지	nơi đến hàng hóa
지정	chỉ định
지정 견본에 대한 설문서	thư câu hỏi về mẫu chỉ định
지정역 인도 가격	giá cả chuyển giao nhà ga chỉ định
지정항	cảng chỉ định
지정항 인도 가격	giá chuyển giao cảng chỉ định
지주 회사	công ty cổ phần
지참인	người cầm
지체	trì trệ
• 공급 지체	trì trệ cung cấp
• 선적 지체	trì trệ bốc lên hàng
• 신용장 개설 지체	trì trệ mở thư tín dụng
• 하역 지체	trì trệ xuống hàng
지출	chi trả
지출금	tiền chi trả
• 광고 지출금	tiền chi trả quảng cáo
• 예산 지출금	tiền chi trả ngân sách
• 자본 지출금	tiền chi trả tư bản
• 특별 지출금	tiền chi trả đặc biệt
지출 비용	chi phí chi trả
지출액 할당	phân bổ tiền chi trả

지출 예산	ngân sách chi trả
지출 할당	phân bổ chi trả
지침	chuẩn tắc
지폐	tiền giấy
직접 관계	quan hệ trực tiếp
직접 교환	trao đổi trực tiếp
직접 대출	cho thuê trực tiếp
직접 비용	chi phí trực tiếp
직접 선화 증권	chứng khoán giá trị trực tiếp
직접세	thuế thu trực tiếp
직접 조합	tổ hợp trực tiếp
직접 투자	đầu tư trực tiếp
진열	trưng bày
진열대 임대	cho thuê giá trưng bày
진열대 판매	bán giá trưng bày
진열자	người trưng bày
진열품	hàng trưng bày
진열품 개방 전시	trưng bày công khai hàng trưng bày
짐쌓기	sự chất hành lý
집단 출품자	người trưng bày tập đoàn
징수	trưng thu
· 과태료 징수	trưng thu tiền phạt do không chấp hành
· 관세 징수	trưng thu thuế quan
· 세금 징수	trưng thu tiền thuế
· 자산에 대한 징수	trưng thu về tư sản
징수금	tiền trưng thu

차
차
차
차
차
차

차(差)	chênh lệch
• 가격차	chênh lệch giá cả
• 세금차	chênh lệch tiền thuế
• 중량차	chênh lệch trọng lượng
• 통화차	chênh lệch tiền tệ
• 품질차	chênh lệch chất lượng
• 환율차	chênh lệch tỷ giá hối đoái
차감	giảm thiểu chênh lệch
차관	cho vay
차등 관세	thuế quan mức khác biệt
차량 인도 가격	giá chuyển giao xe cộ
차별 관세	thuế quan phân biệt
차압	tịch biên
차액	khoản chênh lệch
차액 마진	số dư chênh lệch
차용	cho vay
차용증	chứng từ cho vay
차익 거래	giao dịch lãi suất chênh lệch
차입금	tiền tiếp tế
차입 자금	tiền vốn tiếp tế
착륙	hạ cánh
착수금	tiền đặt cọc
참가자	người tham gia
참여	tham dự
참여자	người tham dự
참여 자금 조달	cung cấp tiền vốn tham dự
참여 지분	chi phận tham dự
참여 지분 양도	chuyển giao chi phận tham dự
• 매수인 창고	kho người mua hàng
• 보세 창고	kho hàng dây đai
• 세관 창고	kho thuế quan
• 송하인 창고	kho người gửi hàng
• 수하인 창고	kho người nhận hàng

· 위탁 창고	kho ủy thác
· 통과 화물 창고	kho hàng hóa thông qua
· 항만 창고	kho hải cảng
· 화물 창고	kho hàng hóa
창고 구매	mua kho
창고료	tiền kho
창고 서류	tài liệu kho
창고 수령증	biên nhận kho
창고 수취 선하증권	chứng khoán có gia trị nhận kho
창고 인도 가격	giá chuyển giao kho
창고 입고	xếp hàng vào kho
창고 증명서	giấy chứng minh kho
창고 증서	chứng thư kho
창고 판매	bán hàng kho
창고 화물	hàng hóa kho
창고 화물 증권	chứng khoán hàng hóa kho
채권	trái phiếu
· 국채	công trái
· 기명 채권	trái phiếu ký tên
· 단기 채권	trái phiếu thời gian ngắn
· 이자 지급 채권	trái phiếu chi trả tiền lãi
· 장기 채권	trái phiếu trường kỳ
· 통화 채권	trái phiếu tiền tệ
채권 대부	cho vay trái phiếu
채권 매수업	nghề mua trái phiếu
채권 발행	phát hành trái phiếu
채권식 보증	bảo đảm theo trái phiếu
채권 은행	ngân hàng trái phiếu
채권자	trái chủ
채권자 부채	nợ trái chủ
채무 보증	bảo đảm trái vụ
채무자	người trái vụ
채무자 부채	nợ người trái vụ

채무 증서	giấy chứng nhận trái vụ
채무 차입금	tiền vay mượn trái vụ
채산성	tính toán tiền lãi
채산성 기준	tiêu chuẩn tính toán tiền lãi
책임	trách nhiệm
・구매자 책임	trách nhiệm người mua
・물적 책임	trách nhiệm vật chất
・민사 책임	trách nhiệm dân sự
・판매자 책임	trách nhiệm người bán hàng
책임 감정가	giám định giá trách nhiệm
책임 보상 수수료	tiền thù lao bồi thưởng trách nhiệm
책임 보험	bảo hiểm trách nhiệm
책임 한계	giới hạn trách nhiệm
철강 거래소	nơi giao dịch sắt thép
철도 세관	thuế quan đường sắt
철도 수령증	biên nhận đường sắt
철도 운송	vận chuyển đường sắt
철도 화물 송장	giấy vận chuyển hàng hóa đường sắt
철로	đường sắt
첨부물	vật kèm theo
・계약 첨부물	vật kèm theo hợp đồng
・광고 첨부물	vật kèm theo quảng cáo
・기술 첨부물	vật kèm theo kỹ thuật
첨부서	bản kèm
청구	thỉnh cầu
・금액 청구	thỉnh cầu tiền
・대출 청구	thỉnh cầu cho thuê
・손실 청구	thỉnh cầu tổn thất
청부 비용	chi phí thầu khoán
청산	thanh toán
・거래 청산	thanh toán giao dịch
・계약 청산	thanh toán hợp đồng
・기업 청산	thanh toán xí nghiệp

청산 가격	giá cả thanh toán
청산 결산	kết toán thanh toán
청산 수수료	tiền thù lao thanh toán
청약	đơn xin
청약자	người quyền góp
청원	thỉnh nguyện
체계	thể hệ
체납금	số tiền chưa nạp
초과 공급	cung cấp vượt quá
초과분	phần vượt quá
초과 이윤	lợi nhuận vượt quá
초과 이윤세	thuế lợi nhuận vượt quá
초과 인출	lấy ra vượt quá
초과 정박	neo vượt quá
초과 중량	trọng lượng vượt quá
초과 지급	chi trả vượt quá
초과 지급금 환급	trả lại tiền chi trả vượt quá
초과 지급액	tiền chi trả vượt quá
초과 지출	chi trả vượt quá
초기 조절 업무	nghiệp vụ điều chỉnh ban sơ
초안	bản thảo
초판본	xuất bản lần đầu
촉진	xúc tiến
총가격	tổng giá cả
총견적	tổng ước lượng
총결산	tổng kết toán
총계	tổng kế
총계획	tổng kế hoạch
총공급자	người tổng cung cấp
총관리국	tổng cục quản lý
총괄 보험 증서	chứng thư bảo hiểm đồng loạt
총균형	tổng cân bằng
총대리인	người tổng đại lý

총대표	tổng đại diện
총도급	tổng giao kèo
총도급인	người tổng giao kèo
총매상고	tổng tiền doanh thu
총비율	tổng tỷ lệ
총상품 판매량	tổng số lượng bán hàng
총생산	tổng sản xuất
총소득	tổng lợi tức
총액	tổng số tiền
총액 불입	nộp tiền tổng số tiền
총중량	tổng trọng lượng
총톤수	tổng số tấn
최고 전문가	nhà chuyên môn tối cao
최신 개정 기준	tiêu chuẩn sửa đổi tối tân
최종 계획 인수 조서	biên bản nhận kế hoạch cuối cùng
최종본	bản cuối cùng
최종 사용자	người sử dụng cuối cùng
최종 소비자	người tiêu dùng cuối cùng
최종 수령인	người nhận cuối cùng
최초 사용자	người sử dụng ban đầu
최혜국 대우	ưu đãi tối huệ quốc
최혜국 대우에 관한 약관	quy định về ưu đãi tối huệ quốc
최혜국 우대 규정	quy định ưu đãi tối huệ quốc
추가 가격	giá cả thêm
추가 금액	số tiền thêm
추가 요금	tiền thêm
추가 지불	chi trả thêm
추가 지불 우편	bưu điện chi trả thêm
추계 시장	thị trường mùa thu
추심	lấy lại
• 사전 인수 추심	lấy lại nhận trước
• 상업 서류 추심	lấy lại tài liệu thương mại
• 서류 추심	lấy lại tài liệu

・순차 인수 추심	lấy lại nhận thay phiên nhau
・전신 추심	lấy lại điện tín
・즉시 지급 추심	lấy lại chi trả ngay
추심 거래	giao dịch lấy lại
추심 수수료	tiền thù lao lấy lại
추심식 지급	chi trả theo lấy lại
추심 통지	thông báo lấy lại
추정 이익	ích lợi đoán chừng
추징금	tiền truy thu
추징세	thuế truy thu
추천	tiến cử
추천서	giấy tiến cử
추천장	giấy giới thiệu
춘계 시장	thị trường mùa xuân
출국 비자	thị thực xuất cảnh
출국 사증	thị thực xuất cảnh
출금 전표	phiếu trả tiền
출납	thu chi
출납 업무	việc thu chi
출발	xuất phát
출입국 심사	thẩm tra xuất nhập cảnh
출자금 불입	hoàn trả vốn đầu tư
출자자	người đầu tư
출장	đi công tác
출장 비용	chi phí đi công tác
출판 광고	quảng cáo xuất bản
출품자	người trưng bày
출하	gửi hàng hóa
충족	sung túc
취소	hủy bỏ
・계약 취소	hủy bỏ hợp đồng
・주문 취소	hủy bỏ đặt hàng
・허가 취소	hủy bỏ cho phép

취소 불능 보증	bảo đảm bất khả năng hủy bỏ
취소 불능 신용장	thư tín dụng bất khả năng hủy bỏ
추임	nhậm chức
치수	kích cỡ
치외 법권 지역	khu đặc quyền ngoại giao
침체	đình trệ

카
카
카
카
카
카

카르텔	phối hợp hành đồng chung
카카오 거래소	nơi giao dịch ca-cao
카탈로그	quyển ca-ta-lô
카탈로그식 홍보 판매	bán hàng quảng cáo theo ca-ta-lô
커피 거래소	nơi giao dịch cà phê
컨설턴트	nhà chuyên môn tư vấn
컨설팅	tư vấn
· 경영 컨설팅	tư vấn kinh doanh
· 은행 컨설팅	tư vấn ngân hàng
· 조직 컨설팅	tư vấn tổ chức
컨설팅 서비스	dịch vụ tư vấn
컨설팅 센터	trung tâm tư vấn
컨설팅 회사	công ty tư vấn
컨소시엄	đoàn cho vay tổ hợp tác
컨테이너	công-ten-nơ
컨테이너 기지	căn cứ công-ten-nơ
컨테이너 적장	nơi chất hàng công-ten-nơ
컨테이너 터미널	bến xe công-ten-nơ
컨테이너항	cảng công-ten-nơ
컨테이너화	công-ten-nơ hóa
컨테이너 화물	hàng hóa công-ten-nơ
콜거래	giao dịch gọi
콜계정	tài khoản gọi
콜옵션	quyền chọn gọi
콜융자	cho vay gọi
쿼터	định mức
· 수입 쿼터	định mức nhập khẩu
· 수출 쿼터	định mức xuất khẩu
· 시장 쿼터	định mức thị trường
· 요율 쿼터	định mức tỷ lệ
· 조세 쿼터	định mức thuế
클레임	khiếu nại hàng hóa sai hỏng
· 대응 클레임	khiếu nại hàng hóa sai hỏng đối phó

- 수량 클레임 khiếu nại hàng hóa sai hỏng số lượng
- 품질 클레임 khiếu nại hàng hóa sai hỏng chất lượng

클레임 분쟁 phân tranh khiếu nại hàng hóa sai hỏng
클레임 비용 chi phí khiếu nại hàng hóa sai hỏng

태환	trao đổi tiền
태환성	tính trao đổi tiền
태환 화폐	tiền giấy trao đổi
탱크 선적	bốc lên xe tăng
탱크 인도 가격	giá chuyển giao xe tăng
탱크 적재 상태	trạng thái chất hàng xe tăng
터미널	bến xe
테스트	kiểm tra
텔레비전 광고	quảng cáo tv
텔렉스 통지	thông báo hệ thống liên lạc máy điện báo
통과	thông qua
통과 관세	thuế quan thông qua
통과 노선	lộ trình thông qua
통과 물품	đồ vật thông qua
통과 비자	thị thực thông qua
통과 사증	thị thực thông qua
통과 선하증권	chứng khoán có giá thông qua
통과세	thuế thông qua
통과 운임	tiền cước vận chuyển thông qua
통과지	nơi thông qua
통과 허가	cho phép thông qua
통과 화물	hàng hóa thông qua
통과 화물 송장	giấy vận chuyển hàng hóa thông qua
통과 화물 창고	kho hàng hóa thông qua
통과 화물 허가	cho phép hàng hóa thông qua
통관사	người thông quan
통관 심사	thẩm tra thông quan
통보	thông báo
통산	tổng kết
통선 인도 가격	giá chuyển giao tàu hàng
통신물	vật thông tin
통지	thông báo
・발송 통지	thông báo gửi đi

- 상품 선적 준비 완료 통지　thông báo xong chuẩn bị bốc lên hàng
- 선박 도착 통지　thông báo tàu đến
- 선박 입항 예정 통지　thông báo dự định tàu vào cảng
- 선적 준비 완료 통지　thông báo xong chuẩn bị bốc lên tàu
- 선적 통지　thông báo bốc hàng lên tàu
- 설비 시험 준비 완료 통지　thông báo xong chuẩn bị thử nghiệm thiết bị
- 우편 통지　thông báo bưu điện
- 추심 통지　thông báo lấy lại
- 하역 준비 완료 통지　thông báo xong chuẩn bị xuống hàng

통지서　giấy thông báo
- 가격 결정 통지서　giấy thông báo quyết định giá cả
- 비용 통지서　giấy thông báo chi phí
- 선박 입항 예정 통지서　giấy thông báo dự định tàu vào cảng
- 선적 통지서　giấy thông báo bốc lên hàng
- 작업 통지서　giấy thông báo làm việc
- 주문품 통지서　giấy thông báo đặt hàng
- 평가 통지서　giấy thông báo đánh giá
- 표준 목록 통지서　giấy thông báo hạng mục tiêu chuẩn
- 하역 통지서　giấy thông báo xuống hàng
- 하역 화물 통지서　giấy thông báo xuống hàng hóa
- 화물 발송 통지서　giấy thông báo gửi hàng hóa

통지 은행　ngân hàng thông báo
통합　tổng hợp
통화　tiền tệ
- 가격 통화　tiền tệ giá cả
- 거래 통화　tiền tệ giao dịch
- 결제 통화　tiền tệ thanh toán
- 계정 통화　tiền tệ tài khoản
- 고정 통화　tiền tệ cố định
- 국가 통화　tiền tệ quốc gia
- 국제 통화　tiền tệ quốc tế
- 기축 통화　tiền tệ cơ bản
- 불안정 통화　tiền tệ bất ổn định
- 불환 통화　tiền tệ không đổi
- 송금 통화　tiền tệ gửi tiền

타

• 수입자 국가 통화	tiền tệ quốc gia người nhập khẩu
• 수출자 국가 통화	tiền tệ quốc gia người xuất khẩu
• 신용 통화	tiền tệ tín dụng
• 안정 통화	tiền tệ ổn định
• 예비 통화	tiền tệ dự bị
• 자유 통화	tiền tệ tự do
• 하락 통화	tiền tệ hạ xuống
통화 가치 재평가	đánh giá lại giá trị tiền tệ
통화 결제	thanh toán tiền tệ
통화 공제금	tiền khấu trừ tiền tệ
통화 공제 기금	quỹ khấu trừ tiền tệ
통화 금융 전쟁	đấu tranh tài chính tiền tệ
통화 기준	tiêu chuẩn tiền tệ
통화 단위	đơn vị tiền tệ
통화 대부	cho vay tiền tệ
통화 덤핑	bán phá giá tiền tệ
통화 변동	biến động tiền tệ
통화 보증	bảo đảm tiền tệ
통화 분쟁	tranh chấp tiền tệ
통화 비용	chi phí tiền tệ
통화 비축	dự trữ tiền tệ
통화 비축분	phận dự trữ tiền tệ
통화세	thuế tiền tệ
통화 손실	tổn thất tiền tệ
통화 수입	nhập khẩu tiền tệ
통화 수축	co lại tiền tệ
통화 시세	thời thế tiền tệ
통화 시장 증서	chứng thư thị trường tiền tệ
통화 약관	quy định tiền tệ
통화 어음 교환	trao đổi hối phiếu tiền tệ
통화 업무	nghiệp vụ tiền tệ
통화 옵션	quyền chọn tiền tệ
통화 운영	kinh doanh tiền tệ

통화 위기	nguy cơ tiền tệ
통화 유동성	tính lưu thông tiền tệ
통화율	tỷ lệ tiền tệ
통화 자산	tư sản tiền tệ
통화 재팽창	bành trướng lại tiền tệ
통화 전쟁	đấu tranh tiền tệ
통화 절약	tiết kiệm tiền tệ
통화 정책	chính sách tiền tệ
통화 제한	giới hạn tiền tệ
통화 증서	chứng thư tiền tệ
통화 지역	khu vực tiền tệ
통화 환율 차액	chênh lệch về số tiền tỷ giá tiền tệ
통화 채권	con trái tiền tệ
통화 쿼터 할당	phân bố định mức tiền tệ
통화 팽창	bành trướng tiền tệ
통화 평가	đánh giá tiền tệ
통화 할당 기준	tiêu chuẩn phân bố tiền tệ
통화 할인	hạ giá tiền tệ
통화 협정	hiệp định tiền tệ
통화 환산	đổi tiền tiền tệ
투기 거래	giao dịch đầu cơ
투기붐	bùng nổ đầu cơ
투자	đầu tư
・개인 투자	đầu tư cá nhân
・국가 투자	đầu tư quốc gia
・외환 기금 투자	đầu tư quỹ ngoại hối
・직접 투자	đầu tư trực tiếp
투자자	người đầu tư
・합작 투자	đầu tư hợp tác
・해외 투자	đầu tư hải ngoại
투자 방안	phương án đầu tư
투자성	tính đầu tư

타

투자 은행	ngân hàng đầu tư
투자 자본	tư bản đầu tư
투자 자본 회수성	tính thu hồi tư bản đầu tư
투자 한도	hạn độ đầu tư
투자 자본 회수 기간	thời hạn thu hồi tư bản đầu tư
투화(투기하는 화물)	hàng hóa đầu cơ
특례 허가	cho phép ngoại lệ
특별 계좌	tài khoản đặc biệt
특별 계좌 결제	thanh toán tài khoản đặc biệt
특별 구매	mua hàng đặc biệt
특별 권한 대표	đại diện quyền hạn đặc biệt
특별 납입	nộp tiền đặc biệt
특별 비용	chi phí đặc biệt
특별 용선	sử dụng tàu đặc biệt
특별 지출금	tiền chi trả đặc biệt
특별 회계	kế toán đặc biệt
특정 업무팀	nhóm nghiệp vụ đặc định
특허	đặc hứa
・개발 특허	đặc hứa khai thác
・발명 특허	đặc hứa phát minh
・유사 특허	đặc hứa tương tự
・유효 특허	đặc hứa hữu hiệu
특허 감정가	giá giám định đặc hứa
특허권	quyền đặc hứa
특허권 소유자	người sở hữu quyền đặc hứa
특허권 요구	yêu cầu quyền đặc hứa
특허권자	người đặc quyền
특허 등록	đăng ký đặc hứa
특허료	tiền đặc hứa
특허 변호사	luật sư đặc hứa
특허 보증	bảo đảm đặc hứa
특허 분류	phân loại đặc hứa
특허 분쟁	tranh chấp đặc hứa

타

특허성 검사	kiểm tra tính đặc hứa
특허성 제품	chế phẩm tính đặc hứa
특허세	thuế đặc hứa
특허 소송	tố tụng đặc hứa
특허 신상품	hàng mới đặc hứa
특허 심사	thẩm tra đặc hứa
특허 양도	chuyển nhượng đặc hứa
특허 연합	liên hợp đặc hứa
특허 조사	điều tra đặc hứa
특허 증명서	giấy chứng minh đặc hứa
특허증 발급	cấp phát chứng từ đặc hứa
특허청	cơ quan đặc hứa
특허품 견본	mẫu hàng đặc hứa
특허 허가	cho phép đặc hứa
특허 협약	hiệp ước đặc hứa
특혜	đặc huệ
특혜 관세	thuế quan đặc huệ
특혜 관세 지역	khu vực thuế quan đặc huệ
특혜 우대	ưu đãi đặc huệ

타

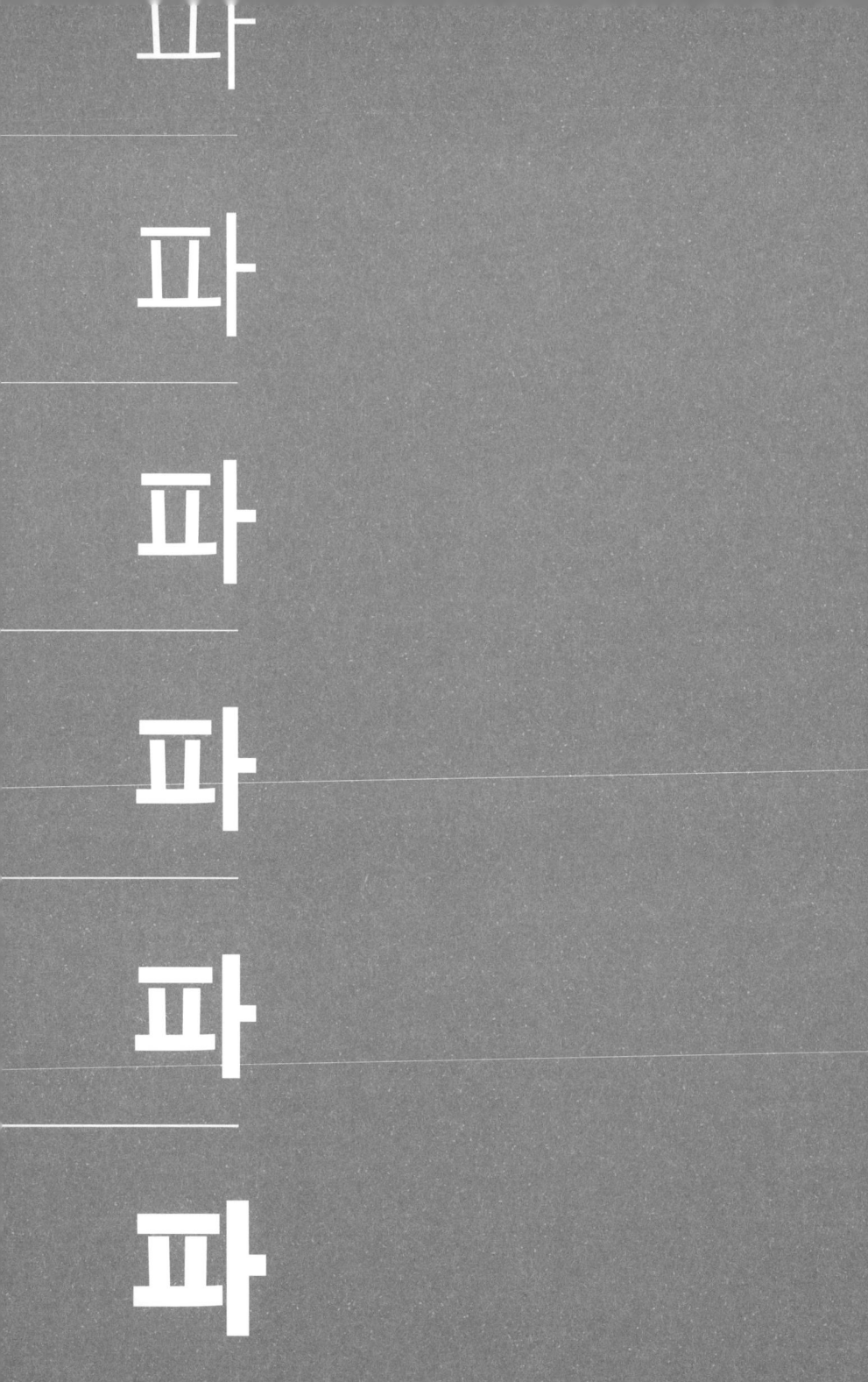

파견 전문가	nhà chuyên môn phái
파기	hủy bỏ
파산	phá sản
파산법	luật phá sản
파산자	người phá sản
파손 변상	bồi thường hư hại
파손 보험	bảo hiểm hư hại
파업	đình công
파업에 관한 약관	quy định về đình công
파트너	đối tác
• 교역 파트너	đối tác giao dịch
• 설립 파트너	đối tác thiết lập
• 업무 파트너	đối tác nghiệp vụ
• 잠재 파트너	đối tác tiềm ẩn
• 합작 기업 파트너	đối tác xí nghiệp hợp tác
• 해외 파트너	đối tác hải ngoại
판결 파기	hủy bỏ phán quyết
판매	bán hàng
• 거래소 판매	bán hàng nơi giao dịch
• 견본식 홍보 판매	bán quảng cáo theo mẫu
• 경매	bán đấu giá
• 경매 판매	bán hàng đấu giá
• 농산물 판매	bán nông sản
• 도매	bán sỉ
• 무 사전 검사 판매	bán không kiểm tra trước
• 선물 판매	bán món quà
• 소매	bán lẻ
• 수수료 판매	bán tiền thù lao
• 수출 판매	bán xuất khẩu
• 신용 판매	bán tín dụng
• 중개 판매	bán môi giới
• 중량 판매	bán trọng lượng
• 즉시 인도 판매	bán chuyển giao ngay
• 진열대 판매	bán hàng giá trưng bày
• 창고 판매	bán hàng kho

• 카탈로그식 홍보 판매	bán quảng cáo theo Catalô
• 할부 판매	bán trả góp
• 할인 판매	bán giảm giá
• 해외 판매	bán hải ngoại
• 현금 판매	bán tiền mặt
• 흑자 판매	bán lợi nhuận cao
판매 가격	giá cả bán
판매 대리인	đại diện bán
판매된 제품	chế phẩm đã bán
판매량	số lượng bán
판매 매상고	số lượng đã bán
판매 박람회	hội chợ bán
판매 비용	chi phí bán
판매세	thuế bán
판매 소득	lợi tức bán
판매 수익	thu nhập bán
판매 시장	thị trường bán
판매식 권리 재양도	chuyển giao lại quyền lợi theo bán hàng
판매 업무	nghiệp vụ bán
판매 옵션	quyền chọn bán
판매 위탁인	người ủy thác bán
판매 위탁 회사	công ty ủy thác bán
판매자	người bán
판매자 가격	giá cả người bán
판매자 보증	bảo đảm người bán
판매자 시장	thị trường người bán
판매자 책임	trách nhiệm người bán
판매전 서비스	dịch vụ trước bán
판매 중개인	người trung gian bán
판매 출하	xuất hàng bán
판매 회사	công ty bán
판매후 서비스	dịch vụ sau bán
팔레트	bảng pha màu

팔레트 적재 화물	hàng hóa chất lên bảng pha màu
팸플릿	truyền đơn
퍼스트 옵션	quyền chọn thứ nhất
편도 용선	sử dụng tàu một chiều
평가	đánh giá
・고정 평가	đánh giá cố định
・교환 평가	đánh giá trao đổi
・신축 평가	đánh giá xây mới
・외환 평가	đánh giá ngoại hối
・통화 평가	đánh giá tiền tệ
평가 가격	giá cả đánh giá
평가 절하	hạ giá đánh giá
평가 절하 화폐	tiền tệ hạ giá đánh giá
평가 통지서	thư thông báo đánh giá
평균 가격	giá bình quân
평균 품질	chất lượng bình quân
폐장 시세	thời thế kết thúc
포장	đóng gói
・공장 포장	đóng gói nhà máy
・다중 포장	đóng gói nhiều lớp
・비반송 포장	đóng gói không gửi lại
・생산지 포장	đóng gói nơi sản xuất
・수출 포장	đóng gói xuất khẩu
・열대 기후 포장	đóng gói khí hậu nhiệt đới
・운송 포장	đóng gói vận chuyển
・표준 포장	đóng gói tiêu chuẩn
포장 명세서	bản kê khai đóng gói
포장 봉지	túi giấy đóng gói
포장 비용	chi phí đóng gói
포장서	thư đóng gói
포장 설명서	bản giải thích đóng gói
포장재	tài liệu đóng gói
포장 중량	trọng lượng đóng gói

포장하지 않은 상태	tình trạng không đóng gói
포장하지 않은 상태의 적재	chất lên tình trạng không đóng gói
포장 해체	tháo ra đóng gói
포장 화물	hàng hóa đóng gói
포화 상태	trạng thái bão hòa
표시	biểu thị
표준	tiêu chuẩn
· 공장 표준	tiêu chuẩn nhà máy
· 국제 표준	tiêu chuẩn quốc tế
· 금본위	bản vị vàng
· 러시아 연방 국가 표준	tiêu chuẩn quốc gia liên bang Nga
· 부문 표준	tiêu chuẩn bộ phận
· 생태 표준	tiêu chuẩn sinh thái
표준 가격	giá cả tiêu chuẩn
표준 가격표	bảng giá tiêu chuẩn
표준 계약	hợp đồng tiêu chuẩn
표준 공증 서류	tài liệu công chứng tiêu chuẩn
표준 규범	quy phạm tiêu chuẩn
표준 기간	thời hạn tiêu chuẩn
표준 기술 서류	tài liệu kỹ thuật tiêu chuẩn
표준 기술 증명 발급	cấp cho chứng minh kỹ thuật tiêu chuẩn
표준 목록 통지서	giấy thông báo mục lục tiêu chuẩn
표준 소득	lợi tức tiêu chuẩn
표준 중량	trọng lượng tiêu chuẩn
표준 증서	chứng thư tiêu chuẩn
표준 포장	đóng gói tiêu chuẩn
표준 품질	chất lượng tiêu chuẩn
표준 협약	hiệp ước tiêu chuẩn
표준화	tiêu chuẩn hóa
품명	tên hàng hóa
품목	mặt hàng
품별	biệt hàng hóa
품종	loại hàng

품종별 선택	kén chọn loại hàng hóa
품질	chất lượng
• 기능적 품질	chất lượng theo kỹ năng
• 불합격 품질	chất lượng hỏng thi
• 상업 품질	chất lượng thương mại
• 적정 품질	chất lượng đúng đắn
• 제품 품질	chất lượng chế phẩm
• 평균 품질	chất lượng bình quân
• 표준 품질	chất lượng tiêu chuẩn
품질 검사	kiểm tra chất lượng
품질 검증	kiểm chứng chất lượng
품질 결함	khuyết điểm chất lượng
품질 증명	chứng minh chất lượng
품질차	chênh lệch chất lượng
품질 향상 상여금	tiền thưởng nâng cao chất lượng
프로그램	chương trình
• 경영 활동 프로그램	chương trình hoạt động kinh doanh
• 구매 프로그램	chương trình mua hàng
• 다각화 프로그램	chương trình đa giác hóa
• 목표 프로그램	chương trình mục tiêu
• 재무 프로그램	chương trình tài vụ
• 종합 프로그램	chương trình tổng hợp
프로젝트	dự án
프로젝트 개발	khai thác dự án
플랫폼 인도 가격	giá chuyển giao ke ga
피고	bị cáo
피보험자	người bị bảo hiểm
필요	cần thiết
필요 충족	sung túc cần thiết

파

아

하

하

하

하

하

하도급	giao kèo lại
하도급 업자	doanh nhân giao kèo lại
하락	đi xuống
하락된 통화 가치를 원상태로 되돌리는 것	việc hoàn lại nguyên trạng thái giá trị tiền tệ đã đi xuống
하락 통화	tiền tệ đi xuống
하역	xuống hàng
하역 기준	tiêu chuẩn xuống hàng
하역 비용	chi phí xuống hàng
하역 수량	số lượng xuống hàng
하역 준비 완료 통지	thông báo chuẩn bị xong xuống hàng
하역지	nơi xuống hàng
하역 통지서	giấy thông báo xuống hàng
하역항	cảng xuống hàng
하역 화물 통지서	giấy thông báo hàng hóa xuống hàng
하역 회사	công ty xuống hàng
하역후 중량	trọng lượng sau xuống hàng
하운 선화 증권	chứng khoán có giá hải vận
하운 송장	giấy vận chuyển hải vận
하운 용선	sử dụng tàu hải vận
하이테크 제품	chế phẩm công nghệ cao
하주	chủ hàng hóa
하주 비용 부담 하역	xuống hàng chủ hàng chịu chi phí
하중 톤수	số tấn tải trọng
하항	cảng hàng hóa
한계	giới hạn
• 금융 한계	giới hạn tài chính
• 보험 한계	giới hạn bảo hiểm
• 비용 한계	giới hạn chi phí
• 검증 한계	giới hạn kiểm chứng
• 책임 한계	giới hạn trách nhiệm
한더미	một đống
한도	hạn độ

한뭉치	một khối
할당	phân bổ
할당 금액	tiền phân bổ
할당 불입금	tiền nộp phân bổ
할부 판매	bán trả góp
할인	giảm giá
• 가격 할인	giảm giá cả
• 거래 할인	giảm giá giao dịch
• 보너스 할인	giảm giá tiền thưởng
• 상업 할인	giảm giá thương mại
• 통화 할인	giảm giá tiền tệ
할인 어음	hối phiếu giảm giá
할인율	tỷ lệ giảm giá
할인 판매	bán hạ giá
할증	tiền trả thêm
할증 가격	giá trả thêm
할증 요금	tiền trả thêm
합리화	hợp lý hóa
합의	thỏa thuận
합의 가격	giá thỏa thuận
합자 은행	ngân hàng hùn vốn
합자 회사	công ty hùn vốn
합작 기업 대표 사무소	văn phòng đại diện xí nghiệp hợp tác
합작 기업 지역	khu vực xí nghiệp hợp tác
합작 기업 파트너	đối tác xí nghiệp hợp tác
합작 생산	sản xuất hợp tác
합작 자금 조달	cung cấp vốn hợp tác
합작 투자	đầu tư hợp tác
합작 프로젝트	dự án hợp tác
합작 회사	công ty hợp tác
합작 회사 등록	đăng ký công ty hợp tác
합작 회사 사정관	người duyệt lại công ty hợp tác

합작 회사 설립인 보증	bảo đảm người thành lập công ty hợp tác
합작 회사의 지사	chi cục của công ty hợp tác
합작 회사 자본 투자	đầu tư vốn công ty hợp tác
합작 회사 참여	tham dự công ty hợp tác
항	cảng
・개방항	cảng công khai
・계약항	cảng hợp đồng
・공급항	cảng cung cấp
・기항지	nơi cập cảng
・매수인 지정항	cảng chỉ định người mua
・무역항	cảng mậu dịch
・반입항	cảng đưa vào
・발송항	cảng gửi hàng
・선적항	cảng bốc lên hàng
・송하인 지정 하역항	cảng xuống hàng chỉ định người gửi hàng
・원산지항	cảng nơi sản xuất
・지정항	cảng chỉ định
・컨테이너 항	cảng công ten nơ
・하역항	cảng xuống hàng
・해항	cảng hải
・화물항	cảng hàng hóa
・환적항	cảng đổi bốc lên hàng
항공기 인도 가격	giá chuyển giao máy bay
항공료	tiền hàng không
항공 운송	vận chuyển hàng không
항공 운송료	tiền vận chuyển hàng không
항공 운송회사	công ty vận chuyển hàng không
항공 운임	tiền vé hàng không
항공 화물 송장	giấy vận chuyển hàng hóa hàng không
항공회사	công ty hàng không
항구	hải cảng
항만	vịnh
항만 관례	thông lệ vịnh

항만료	tiền vịnh
항만세	thuế vịnh
항만 야적 물품 담보 대출	cho thuê thế chấp hàng dã chất vịnh
항만 조사인	người điều tra vịnh
항만 창고	kho vịnh
항목	hạng mục
• 계약서 항목	hạng mục giấy hợp đồng
• 계정 항목	hạng mục quy định
• 부채 항목	hạng mục công nợ
• 비용 항목	hạng mục chi phí
• 수입 품목	mặt hàng nhập khẩu
• 예산 항목	hạng mục ngân sách
• 자산 항목	hạng mục tư sản
항목 시세	thời thế hạng mục
항소	kháng cáo
항의	chống cự
항해로	đường hàng hải
항해 보험 증서	chứng từ bảo hiểm hàng hải
해난 보고서	bản báo cáo tai nạn trên biển
해상 보험	bảo hiểm trên biển
해상 보험 계약	hợp đồng bảo hiểm trên biển
해상 보험 증서	chứng từ bảo hiểm trên biển
해상 운송	vận chuyển trên biển
해상 운송 계약	hợp đồng vận chuyển trên biển
해상 운송 회사	công ty vận chuyển trên biển
해상 이의 신청서	đơn xin phản đối trên biển
해손	tổn thất trên biển
해손 보험	bảo hiểm tổn thất trên biển
해손 부담 불입금	tiền nộp chịu đựng tổn thất trên biển
해손 비용	chi phí tổn thất trên biển
해손 손실	tổn thất trên biển
해손 조서	biên bản tổn thất trên biển
해손 조서 작성 사무소	văn phòng làm biên bản tổn thất trên biển

해손 조서 작성자	người làm biên bản tổn thất trên biển
해손 중개인	người trung gian tổn thất trên biển
해손 증서	chứng từ tổn thất trên biển
해손 청산	thanh toán tổn thất trên biển
해안 인도 가격	giá chuyển giao bờ biển
해약금	tiền hủy bỏ hợp đồng
해외 계약 당사자	đương sự hợp đồng hải ngoại
해외 기술 도입	mở đầu kỹ thuật hải ngoại
해외 송금	gửi tiền hải ngoại
해외 시장 상품 판매 수입	thu nhập bán hàng thị trường hải ngoại
해외 시장 진출	tiến tới thị trường hải ngoại
해외 시장 진출권	quyền tiến tới thị trường hải ngoại
해외 출장	công tác đi hải ngoại
해외 출품자	người trưng bày hải ngoại
해외 투자	đầu tư hải ngoại
해외 파트너	đối tác hải ngoại
해외 판매	bán hải ngoại
해운 간행물	ấn phẩm xuất bản hải vận
해운 대리인	người đại diện hải vận
해운 대리점	điểm đại lý hải vận
해운 세관	thuế quan hải vận
해운 터미널	bến xe hải vận
해제	giải tỏa
행정 기관	cơ quan hành chính
향후 계획	kế hoạch sau này
허가	cho phép
・개인 허가	cho phép cá nhân
・공급 허가	cho phép cung cấp
・교차 허가	cho phép giao nhau
・기명 허가	cho phép ký tên
・단수 허가	cho phép một lần
・단순 허가	cho phép đơn giản
・반입 허가	cho phép đưa vào

하

- 반출 허가 — cho phép đưa ra
- 비특례 허가 — cho phép không ngoại lệ
- 상호 허가 — cho phép lẫn nhau
- 세관 허가 — cho phép thuế quan
- 수입 허가 — cho phép nhập khẩu
- 수출입 허가 — cho phép xuất nhập khẩu
- 수출 허가 — cho phép xuất khẩu
- 약정 허가 — cho phép ước định
- 양도 불능 허가 — cho phép bất khả năng chuyển giao
- 외환 허가 — cho phép ngoại tệ
- 일괄 허가 — cho phép đồng loạt
- 일반 허가 — cho phép thường
- 재수출 허가 — cho phép tái xuất khẩu
- 제품 및 기술에 대한 허가 — cho phép về kỹ thuật và chế phẩm
- 제한 허가 — cho phép giới hạn
- 통과 허가 — cho phép thông qua
- 특례 허가 — cho phép ngoại lệ

허가 거래 — giao dịch cho phép
허가권 — quyền cho phép
허가 무역 — mậu dịch cho phép
허가 발급 — cấp cho cho phép
허가 발급인 — người cấp cho cho phép
허가 법률 — pháp luật cho phép
허가서 발급 — cấp cho giấy cho phép
허가서 발급 신청서 — đơn xin cấp cho giấy cho phép
허가서 — giấy cho phép
허가 수령인 — người nhận cho phép
허가 수수료 — tiền thù lao cho phép
허가 유효 기간 — thời hạn hữu hiệu cho phép
허가 이용을 위한 협력 — hiệp lực để lợi dụng cho phép
허가 취득인 — người thu được cho phép
허가 취소 — hủy bỏ cho phép
혁신 — đổi mới
현금 — tiền mặt

하

현금 결제	thanh toán tiền mặt
현금 구매	mua tiền mặt
현금 기금	quỹ tiền mặt
현금 대부	cho vay tiền mặt
현금 보유고	kho dự trữ tiền mặt
현금 보증	bảo đảm tiền mặt
현금 불입	nộp tiền mặt
현금 비용	chi phí tiền mặt
현금 서비스	dịch vụ tiền mặt
현금 수령증	biên nhận tiền mặt
현금 수입	thu nhập tiền mặt
현금 신용장	thư tín dụng tiền mặt
현금 전표	giấy biên nhận tiền mặt
현금 지급	chi trả tiền mặt
현금 출납장	sổ thu chi tiền mặt
현금 판매	bán tiền mặt
현금화 가능성	tính khả năng tiền mặt hóa
현대화	hiện đại hóa
현물 가격	giá hiện vật
현물 거래	giao dịch hiện vật
현물 보상	bồi thường hiện vật
현물세	thuế hiện vật
현물 재고	tồn kho hiện vật
현장 검사	kiểm tra hiện trường
현장 인도 가격	giá chuyển giao hiện trường
현재고	kho hiện tại
현재 비용	chi phí hiện tại
현재 수요	nhu cầu hiện tại
현행 검사	kiểm tra hiện hành
현행율	tỷ lệ hiện hành
현행 훈령	mệnh lệnh hiện hành
협동 생산	sản xuất hiệp đồng
협동 조합	hợp tác xã

하

협력	hiệp lực
• 경제 협력	hiệp lực kinh tế
• 다자간 협력	hiệp lực giữa nhiều người
• 대외 경제 협력	hiệp lực kinh tế đối ngoại
• 대외 무역 협력	hiệp lực mậu dịch đối ngoại
• 보상적 기반에서의 협력	hiệp lực theo nền tảng bồi thường
• 상호 이익적 협력	hiệp lực lợi ích lẫn nhau
• 생산 협력	hiệp lực sản xuất
• 업무 협력	hiệp lực nghiệp vụ
• 장기 협력	hiệp lực trường kỳ
• 허가 이용을 위한 협력	hiệp lực để lợi dụng cho phép

협력 계약 — hợp đồng hiệp lực
협력 관계 — quan hệ hiệp lực
협력 기구 — tổ chức hiệp lực
협상 — bàn bạc

• 다자간 협상	bàn bạc giữa nhiều người
• 무역 협상	bàn bạc mậu dịch
• 비공개 협상	bàn bạc không công khai
• 쌍무 협상	bàn bạc tay đôi

협상 가격차 — chênh lệch giá bàn bạc
협상 재개 — mở lại bàn bạc
협약 — hiệp ước

• 결제 협약	hiệp ước thanh toán
• 국제 철도 운송 협정	hiệp định vận chuyển đường sắt quốc tế
• 국제 협약	hiệp ước quốc tế
• 금융 협약	hiệp ước tài chính
• 다자간 협약	hiệp ước giữa nhiều người
• 단기 협약	hiệp ước thời gian ngắn
• 대리점 협약	hiệp ước điểm đại lý
• 대외 무역 협약	hiệp ước mậu dịch đối ngoại
• 라이센스 협약	hiệp ước giấy phép
• 무역 경제 협약	hiệp ước kinh tế mậu dịch
• 보상 공동 협약	hiệp ước công đồng bồi thường
• 생산 전문화 및 협력에 관한 협약	hiệp ước về hiệp lực và chuyên môn hóa sản xuất

- 세계 협약   hiệp ước thế giới
- 신사 협약   hiệp ước người lịch sự
- 신용 협약   hiệp ước tín dụng
- 쌍무 협약   hiệp ước tay đôi
- 어음 교환 계약   hợp đồng trao đổi hối phiếu
- 위탁 판매 협약   hiệp ước bán ủy thác
- 의정 협약   hiệp ước nghị định
- 임대차 협약   hiệp ước cho thuê
- 장기 협약   hiệp ước trường kỳ
- 조합 협약   hiệp ước tổ hợp
- 중재 협약   hiệp ước điều đình
- 특허 협약   hiệp ước đặc hứa
- 표준 협약   hiệp ước tiêu chuẩn

협약 유효 기간   thời hạn hữu hiệu hiệp ước
협의 의정서   nghị định thư bàn bạc
협의 항로   đương bay bàn bạc
협정   hiệp định

- 국제 협정   hiệp định quốc tế
- 다자간 협정   hiệp định giữa nhiều người
- 유럽 통화 협정   hiệp định tiền tệ Châu Âu
- 정부간 협정   hiệp định giữa chính phủ
- 통화 협정   hiệp định tiền tệ

협정 관세   quan thuế hiệp định
협정율   tỷ lệ hiệp định
협회   hiệp hội
형식   hình thức
호텔 예약   đặt trước khách sạn
혼합 보험 증서   chứng từ bảo hiểm hỗn hợp
혼합 화물   hàng hóa hỗn hợp
홍보   quảng cáo
화물   hàng hóa

- 갑관 적재 화물   hàng hóa chất hàng boong tàu
- 계약 화물   hàng hóa hợp đồng
- 고가 화물   hàng hóa giá cao

하

- 교역 화물   hàng hóa giao dịch
- 길이가 긴 화물   hàng hóa dài
- 낱개 화물   hàng hóa riêng lẻ
- 냉동 화물   hàng hóa đông lạnh
- 단일 화물   hàng hóa đơn nhất
- 동종 화물   hàng hóa một loại
- 면세 화물   hàng hóa miễn thuế
- 무관세 화물   hàng hóa không quan thuế
- 묶음 화물   hàng hóa cột
- 미신고 화물   hàng hóa không kê khai
- 박람회 화물   hàng hóa hội chợ
- 보관중 파손 화물   hàng hóa hư hại trong bảo quản
- 보세 화물   hàng hóa dây đai
- 부패성 화물   hàng hóa hủ bại
- 분할 화물   hàng hóa phân chia
- 비포장 화물   hàng hóa không đóng gói
- 수신인 기명 화물   hàng hóa ký tên người nhận
- 수입 화물   hàng hóa nhập khẩu
- 수출 화물   hàng hóa xuất khẩu
- 액상 화물   hàng hóa chất lỏng
- 옵션 화물   hàng hóa quyền chọn
- 용적 초과 화물   hàng hóa vượt quá dung tích
- 운송 가능 화물   hàng hóa có thể vận chuyển
- 운송중 파손 화물   hàng hóa hư hại trong vận chuyển
- 위험 화물   hàng hóa nguy hiểm
- 일반 화물   hàng hóa thường
- 적재 적량 화물   hàng hóa liều lượng thích hợp chất hàng
- 적재 화물   hàng hóa chất hàng
- 종이 박스 포장 화물   hàng hóa đóng gói thùng giấy
- 종합 화물   hàng hóa tổng hợp
- 주머니 포장 화물   hàng hóa đóng gói bao
- 창고 화물   hàng hóa kho
- 컨테이너 화물   hàng hóa công ten nơ
- 통과 화물   hàng hóa thông qua
- 포장 화물   hàng hóa đóng gói
- 혼합 화물   hàng hóa hỗn hợp

화물 검사	kiểm tra hàng hóa
화물 공급	cung cấp hàng hóa
화물 공동 시설	thiết bị công đồng hàng hóa
화물 균배	phân chia hàng hóa
화물 기중기 용량	dung lượng cần trục hàng hóa
화물 단위	đơn vị hàng hóa
화물 담보권	quyền thế chấp hàng hóa
화물 도착지	nơi đến hàng hóa
화물 등록	đăng ký hàng hóa
화물량	số lượng hàng hóa
화물 명세서	bản kê khai hàng hóa
화물 미공급	không cung cấp hàng hóa
화물 반송	gửi trả lại hàng hóa
화물 발송	gửi đi hàng hóa
화물 발송 대리점	điểm đại lý gửi đi hàng hóa
화물 발송인	người gửi hàng hóa
화물 발송 통지서	bản thông báo gửi hàng hóa
화물 보관	bảo quản hàng hóa
화물 서류	tài liệu hàng hóa
화물 선착장	bến phà hàng hóa
화물 선취권	quyền chiếm giữ trước hàng hóa
화물 손상	tổn thất hàng hóa
화물 송장	giấy vận chuyển hàng hóa
화물 수량 부족	thiếu sót số lượng hàng hóa
화물 수령증	biên nhận hàng hóa
화물 수신처 정정	sửa lại nơi nhận hàng hóa
화물 수취인	người nhận hàng hóa
화물 신고서	tờ khai hàng hóa
화물 압류	tịch thu hàng hóa
화물 압류 증서	chứng từ tịch thu hàng hóa
화물 양도	chuyển giao hàng hóa
화물 옵션	quyền chọn hàng hóa

하

화물 요금	tiền hàng hóa
화물 운송	vận chuyển hàng hóa
화물 운송 신청서	đơn xin vận chuyển hàng hóa
화물 운송 업자	doanh nhân vận chuyển hàng hóa
화물 운송 영수증	hóa đơn vận chuyển hàng hóa
화물 운송 전문가	nhà chuyên môn vận chuyển hàng hóa
화물 운송회사	công ty vận chuyển hàng hóa
화물 유통	lưu thông hàng hóa
화물 인도	dẫn độ hàng hóa
화물 작업 기준	tiêu chuẩn làm hàng hóa
화물 정리	thu xếp hàng hóa
화물 증서	chứng từ hàng hóa
화물 지체	chi thể hàng hóa
화물 창고	kho hàng hóa
화물 처분권	quyền xử lý hàng hóa
화물 포장	đóng gói hàng hóa
화물항	cảng hàng hóa
화물환 신용장	thư tín dụng đổi hàng hóa
화물환 어음	hối phiếu đổi hàng hóa
화재 및 자연 재해 보험	bảo hiểm tai hại tự nhiên và hỏa tai
화차 인도 가격	giá chuyển giao xe hàng hóa
화폐	tiền tệ
・계약 화폐	tiền tệ hợp đồng
・공동 화폐	tiền tệ công đồng
・자유 변동 화폐	tiền tệ biến động tự do
・자유 태환 화폐	tiền tệ đổi tiền tự do
・태환 화폐	tiền tệ đổi tiền
・평가 절하 화폐	tiền tệ hạ giá đánh giá
화폐 가치	giá trị tiền tệ
화폐 교환	trao đổi tiền tệ
화폐 발행	phát hành tiền tệ
화폐 발행 은행	ngân hàng phát hành tiền tệ
화폐식 납입	nộp theo tiền tệ

화폐 위기	nguy cơ tiền tệ
화폐 재원	tài nguyên tiền tệ
확인	xác nhận
확인 신용장	thư tín dụng xác nhận
확정 주문	đặt hàng xác định
환경 오염	ô nhiễm môi trường
환급	cho lại
· 금액 환급	cho lại tiền
· 납입 환급	cho lại nộp tiền
· 세금 환급	cho lại tiền thuế
· 초과 지급금 환급	cho lại tiền chi trả vượt quá
환급 관세	thuế quan cho lại
환산	hoán đổi
환송금	tiền hoan tống
환어음	hối phiếu
환어음 연장	kéo dài hối phiếu
환율	tỷ giá
환율 변경	biến đổi tỷ giá
환율 변동	biến động tỷ giá
환율 손실	tổn thất tỷ giá
환율 차액	tiền chênh lệch tỷ giá
환적 비용	chi phí chất hàng đổi
환적 항	cảng chất hàng đổi
환전	đổi tiền
활동	hoạt động
· 거래 활동	hoạt động giao dịch
· 경영 활동	hoạt động kinh doanh
· 대외 경제 활동	hoạt động kinh tế đối ngoại
· 대외 무역 활동	hoạt động mậu dịch đối ngoại
· 비상업 활동	hoạt động không thương mại
· 상업 활동	hoạt động thương mại
· 선적 하역 작업	làm xuống hàng và bốc lên hàng
· 수입 활동	hoạt động nhập khẩu

하

· 수출입 활동	hoạt động xuất nhập khẩu
· 수출 활동	hoạt động xuất khẩu
활동 기업	xí nghiệp hoạt động
회계 감사	thanh tra kế toán
회계 결산	thanh toán kế toán
회계 계정	tài khoản kế toán
회계 기록	ghi chép kế toán
회계 보고서	thư báo cáo kế toán
회계부 책임자	người trách nhiệm ban kế toán
회계 서류	tài liệu kế toán
회계 연도	năm kế toán
회계원	kế toán viên
회계 장부 검사	kiểm tra sổ kế toán
회계 정산	tính toán kỹ kế toán
회사	công ty
· 개인 회사	công ty cá nhân
· 건축 보수 회사	công ty tu sửa kiến trúc
· 광고 회사	công ty quảng cáo
· 기술 컨설팅 회사	công ty tư vấn kỹ thuật
· 대리점 회사	công ty điểm đại lý
· 대외 무역 회사	công ty mậu dịch đối ngoại
· 도급 회사	công ty giao kèo
· 도매 회사	công ty bán sỉ
· 독립체 기업	xí nghiệp thể độc lập
· 라이센스 회사	công ty giấy phép
· 러시아 및 외국 기업 출자 회사	công ty đầu tư xí nghiệp nước ngoài và Nga
· 러시아 연방 내에서 인가된 회사	công ty được cho phép trong liên bang Nga
· 마케팅 회사	công ty tiếp thị
· 무역 회사	công ty mậu dịch
· 무한 책임 회사	công ty trách nhiệm vô hạn
· 발송 회사	công ty gửi đi
· 보험 회사	công ty bảo hiểm

• 복합 운송 회사	công ty vận chuyển phức hợp
• 상업 회사	công ty thương mại
• 수입 대행 회사	công ty được thừa hành nhập khẩu
• 수출 회사	công ty xuất khẩu
• 엔지니어링 회사	công ty kỹ sư
• 여행사	công ty du lịch
• 외국인 회사	công ty người nước ngoài
• 외국 자본 참여 합작 회사	công ty hợp tác tham dự tư bản ngoại quốc
• 운송 회사	công ty vận chuyển
• 유한 책임 회사	công ty trách nhiệm hữu hạn
• 자회사	công ty mình
• 주식 회사	công ty trách nhiệm hữu hạn
• 중개 회사	công ty trung gian
• 지주 회사	công ty cổ phần
• 컨설팅 회사	công ty tư vấn
• 판매 위탁 회사	công ty ủy thác bán
• 판매 회사	công ty bán hàng
• 하역 회사	công ty xuống hàng
• 합작 회사	công ty hợp tác
회사의 지점	**chi nhánh công ty**
회사인(명판)	**con dấu công ty**
회사 주소	**địa chỉ công ty**
회사 표시	**biểu thị công ty**
회수 자산	**tư sản thu hồi**
회원	**hội viên**
회원 국가	**quốc gia hội viên**
회전 계획	**kế hoạch vòng**
회전 신용장	**thư tín dụng vòng**
회전 융자	**cho vay vòng**
횡선 수표	**ngân phiếu hàng ngang**
효력 발생	**phát sinh hiệu lực**
효력 발생일	**ngày phát sinh hiệu lực**
효율성	**tính hiệu suất**
훈령	**mệnh lệnh**

하

흑자 생산 sản xuất lợi nhuận cao
흑자 판매 bán hàng lợi nhuận cao
흠 tì vết